ഫ്രെയിം ചെയ്യാത്ത ഓർമ്മകൾ

രൂപേഷ് കണ്ണാപ്പള്ളി

notionpress
.com

INDIA • SINGAPORE • MALAYSIA

ISBN 979-8-90431-194-0

ആമുഖം

മലയാള മനോരമ ആഴ്ചപ്പതിപ്പിലെ പ്രിയപ്പെട്ട ഒരു പംക്തിയെ ഓർമ്മിപ്പിക്കും വിധമാണ് ഈ രചനയുടെ തുടക്കം. എന്നാൽ വായന മുന്നോട്ട് പോകുംതോറും ഇത് വെറുമൊരു പംക്തിശേഖരമല്ല, മറിച്ച് ഒരു മനുഷ്യന്റെ ജീവിതത്തിന്റെ ആകെത്തുകയാണെന്ന് നമുക്ക് ബോധ്യമാകും. കെ.എസ്.ആർ.ടി.സി കണ്ടക്ടറായ ഒരു സാധാരണക്കാരന്റെ അസാധാരണമായ ജീവിതാനുഭവങ്ങളുടെ സമാഹാരമാണ് ഈ കൃതി.

ഉള്ളടക്ക വിശകലനം

1. ഘടനാപരമായ വൈവിധ്യം

   രചനയുടെ ഏറ്റവും ശ്രദ്ധേയമായ സവിശേഷത അതിന്റെ ബഹുമുഖമായ ഘടനയാണ്. ഒരേസമയം ഇത്:

   ആത്മകഥാപരമായ ഡയറിക്കുറിപ്പ് കുടുംബത്തോടൊപ്പമുള്ള നിമിഷങ്ങൾ, ഭാര്യയുമായുള്ള പിണക്കങ്ങൾ, മക്കളോടുള്ള സ്നേഹം

   യാത്രാവിവരണം കോഴിക്കോട്, കാസർഗോഡ്, തൃശൂർ, മുംബൈ, സ്റ്റോക്ക്ഹോം വരെ നീളുന്ന യാത്രകൾ

   സാമൂഹിക വിമർശനം 'ചൊവ്വാ ദോഷം' എന്ന ബ്ലോഗിലൂടെ ട്രാഫിക് സംസ്കാരം, സൗജന്യ വിതരണ രാഷ്ട്രീയം, ജാതി-മത ചിന്തകൾ

സാഹിത്യ നിരൂപണം മുകുന്ദൻ, എം.ടി., എസ്.കെ. പൊറ്റെക്കാട്ട്, സുഭാഷ് ചന്ദ്രൻ എന്നിവരുടെ സൃഷ്ടികളിലേക്കുള്ള കടന്നുകയറ്റം

സിനിമാ-കായിക വിശകലനം ഡോൺ ലീ മുതൽ സഞ്ജു വരെ

2. കാലത്തിന്റെ സമാന്തര യാത്ര

രചയിതാവ് കാലത്തിലൂടെ സഞ്ചരിക്കുന്ന രീതി ശ്രദ്ധേയമാണ്. 90-കളിലെ വായനാനുഭവങ്ങളിൽ നിന്ന് 2000-ത്തിന്റെ തുടക്കത്തിലെ ബാംഗ്ലൂർ ജീവിതത്തിലേക്കും പിന്നീട് 2025-ലെ സ്റ്റോക്ക്ഹോമിലെ മഞ്ഞുകാലത്തിലേക്കും അദ്ദേഹം നമ്മെ കൊണ്ടുപോകുന്നു. ഓരോ കാലഘട്ടത്തിന്റെയും സാമൂഹിക-സാംസ്കാരിക പശ്ചാത്തലം അദ്ദേഹത്തിന്റെ അനുഭവങ്ങളിലൂടെ തെളിഞ്ഞുവരുന്നു.

പ്രമേയങ്ങൾ

1. ഏകാന്തതയും കുടുംബബന്ധങ്ങളും

"എനിക്ക് ഏകാന്തതയാണല്ലോ ഇഷ്ടം" എന്ന് ഒരിടത്ത് എഴുതുമ്പോൾ തന്നെ, ഭാര്യയുടെ സാമീപ്യത്തിലും മക്കളുടെ സ്നേഹത്തിലും അലിഞ്ഞുചേരുന്ന ഒരു വ്യക്തിത്വത്തെയും നമുക്ക് കാണാം. ഈ ദ്വന്ദ്വമാണ് രചനയുടെ കാതൽ. അച്ഛനുമായുള്ള മൗനത്തിന്റെ മതിൽക്കെട്ടുകൾ, അമ്മമ്മയോടും കുഞ്ഞമ്മയോടുമുള്ള സ്നേഹ-വിരഹ ബന്ധങ്ങൾ, ഭാര്യ അപകടശേഷം കാണിക്കുന്ന മാതൃവാത്സല്യം ഇവയെല്ലാം മനുഷ്യബന്ധങ്ങളുടെ സങ്കീർണ്ണത വെളിപ്പെടുത്തുന്നു.

2. തോൽവികളും അതിജീവനവും

"Ever tried. Ever failed. No matter. Try again. Fail again. Fail better." സാമുവൽ ബെക്കറ്റിന്റെ ഈ വരികൾ രചനയുടെ

ആത്മാവായി മാറുന്നു. പോളിടെക്നിക്കിലെ പരാജയം, ബിസിനസ് നഷ്ടങ്ങൾ, ബാംഗ്ലൂരിലെ ദുരിതപൂർണമായ ജീവിതം, അപകടത്തെ തുടർന്നുള്ള ശാരീരിക വെല്ലുവിളികൾ എല്ലാം അദ്ദേഹം സാക്ഷ്യപ്പെടുത്തുന്നു. പക്ഷേ ഓരോ തോൽവിയിൽ നിന്നും ഒരു പുതിയ പാഠവുമായാണ് അദ്ദേഹം ഉയിർത്തെഴുന്നേൽക്കുന്നത്.

3. മലബാറിന്റെ സാംസ്കാരിക മുദ്ര

   തെയ്യത്തിന്റെ പുരാണങ്ങളും ആചാരങ്ങളും, മേലരി (കനൽ) ചടങ്ങിന്റെ ആത്മീയ അർത്ഥതലങ്ങൾ, മുത്തപ്പന്റെ പാട്ടുകൾ ഇവയിലൂടെ മലബാറിന്റെ സാംസ്കാരിക പശ്ചാത്തലം അദ്ദേഹം ഹൃദയത്തോട് ചേർക്കുന്നു. "നമ്മൾ വടക്കേ മലബാർകാർക്ക് തെയ്യം എന്നത് വെറും വിശ്വാസമല്ല, അതൊരു അതിജീവനമാണ്" എന്ന വരികൾ ആ മണ്ണിനോടുള്ള ആത്മബന്ധം വെളിപ്പെടുത്തുന്നു.

4. സഞ്ചാരവും ആത്മാന്വേഷണവും

   ഹരിയുടെ 'ഒളിച്ചോട്ടം' എന്ന അദ്ധ്യായം ഏറ്റവും ശക്തമായ ആഖ്യാനങ്ങളിലൊന്നാണ്. എല്ലാം നഷ്ടപ്പെട്ട്, സ്മാർട്ട്ഫോൺ ഉപേക്ഷിച്ച്, ഒരു ജോഡി വസ്ത്രവുമായി തിരുനെല്ലിയിൽ നിന്ന് ഹിമാലയത്തിലേക്കുള്ള ആ യാത്ര ഒരു ആധുനിക സിദ്ധാർത്ഥന്റെ കഥ പോലെ തോന്നുന്നു. ഈ യാത്രയിലാണ് തന്റെ സ്വാർത്ഥതയെ അദ്ദേഹം തിരിച്ചറിയുന്നതും മറ്റുള്ളവർക്കായി ജീവിക്കാൻ തീരുമാനിക്കുന്നതും.

ശൈലീപരമായ പ്രത്യേകതകൾ

1. ലളിതമായ ഭാഷ, ആഴമേറിയ അർത്ഥങ്ങൾ : സങ്കീർണ്ണമായ വികാരങ്ങളും ദാർശനിക ചിന്തകളും ലളിതമായ ഭാഷയിൽ അവതരിപ്പിക്കാനുള്ള കഴിവ് ശ്രദ്ധേയമാണ്.

2. ആഖ്യാനത്തിന്റെ ബഹുസ്വരത : ഒരേ സംഭവത്തെ വ്യത്യസ്ത കാഴ്ചപ്പാടുകളിലൂടെ അവതരിപ്പിക്കുന്നു (ഉദാ: ഗാഥയുടെ കഥ പിന്നീട് ഉണ്ണിയുടെ കഥയുമായി ബന്ധപ്പെടുന്നു).
3. സാംസ്കാരിക റഫറൻസുകളുടെ സമൃദ്ധി : മുകുന്ദൻ മുതൽ ഡോൺ ലീ വരെ, എം.ടി. മുതൽ മനോരഞ്ജൻ കി ബാപ് വരെ വൈവിധ്യമാർന്ന സാംസ്കാരിക സൂചനകൾ.
4. കാലത്തിന്റെ ദ്രവത്വം : ഭൂതകാലവും വർത്തമാനവും തമ്മിൽ അതിവേഗം സഞ്ചരിക്കുന്ന ആഖ്യാനരീതി.

സാമൂഹിക വിമർശനം

'ചൊവ്വാ ദോഷം' ബ്ലോഗിലൂടെയും മറ്റ് ലേഖനങ്ങളിലൂടെയും രചയിതാവ് നടത്തുന്ന സാമൂഹിക വിമർശനം ശ്രദ്ധേയമാണ്:

ട്രാഫിക് സംസ്കാരം : "ഞാൻ പോകുന്നത് മാത്രം ശരി, ബാക്കി എല്ലാവരും റൂൾ തെറ്റിക്കുന്നു" എന്ന മനോഭാവത്തെ വിമർശിക്കുന്നു.

സൗജന്യ വിതരണ രാഷ്ട്രീയം : അർഹതയില്ലാത്തവന്റെ കയ്യിൽ പൂമാല കിട്ടിയാലുള്ള അവസ്ഥ എന്ന ഉപമയിലൂടെ.

കേരളത്തിന്റെ ഭാവി : Brain Drain, കൃഷിയോടുള്ള അവഗണന, മിഥ്യാഭിമാനം എന്നിവയെക്കുറിച്ചുള്ള ആശങ്കകൾ.

വനിതാ സംവരണം : "ചൊവ്വയിലെത്തിയവർക്ക് ഇനിയും എന്തിനാണ് സംവരണം?" എന്ന ചോദ്യത്തിന് സമഗ്രമായ ഉത്തരം നൽകുന്നു.

ദാർശനിക മാനങ്ങൾ

"ചില വേദനകൾ നമുക്ക് ചില സന്തോഷങ്ങൾ നൽകും; എന്തെങ്കിലും നഷ്ടപ്പെട്ടാലേ ജീവിതത്തിൽ മറ്റെന്തെങ്കിലും നേടാൻ സാധിക്കൂ" എന്ന വരികൾ രചനയുടെ ദാർശനിക അടിത്തറ വെളിപ്പെടുത്തുന്നു.

ബുദ്ധമതത്തിലെ ദുഃഖ സത്യങ്ങളെ ഓർമ്മിപ്പിക്കുന്ന ഈ ചിന്തകൾ രചനയിലുടനീളം കാണാം.

വൈകാരിക തീവ്രത

ഏറ്റവും ശക്തമായ രംഗങ്ങൾ:

1. അപകടശേഷം ഭാര്യ ബ്രെഡ് കഴിച്ചുതരുന്ന രംഗം "ആ ബ്രെഡിന് മുലപ്പാലിന്റെ രുചിയായിരുന്നോ?"
2. മകളുടെ മൂകാഭിനയം കഴിഞ്ഞ് അവൾ ഓടിവന്ന് കെട്ടിപ്പിടിച്ച് കരയുന്ന രംഗം
3. ഗുരുവായൂരിൽ വെച്ച് ഗാഥ ഉണ്ണിയേട്ടനെ കണ്ടുമുട്ടുന്ന രംഗം
4. ലോട്ടറി വിൽക്കുന്ന വൃദ്ധന്റെ കുഴിഞ്ഞ കണ്ണുകളിലെ ആത്മവിശ്വാസം
5. നാവാമുകുന്ദ ക്ഷേത്രത്തിൽ വെച്ച് സാവിത്രി അമ്മയും ഉണ്ണിയും തമ്മിലുള്ള സംഗമം

സമകാലിക പ്രസക്തി

കൊറോണ കാലത്തിന്റെ വിശകലനം, ലോകകപ്പ് ക്രിക്കറ്റിന്റെ ആവേശം, മിഡിൽ ഈസ്റ്റിലെ യുദ്ധത്തിന്റെ പ്രത്യാഘാതങ്ങൾ ഇവയിലൂടെ രചന സമകാലിക സംഭവങ്ങളുമായി ബന്ധപ്പെട്ടുനിൽക്കുന്നു.

ഉപസംഹാരം

"ഒരു സാധാരണ കണ്ടക്ടറുടെ യൂണിഫോമിനുള്ളിൽ ഇരിക്കുമ്പോഴും, എന്റെ ഈ പരാജയങ്ങളുടെ കഥകൾ മറ്റൊരാൾക്ക് ആശ്വാസമാകുന്നുണ്ടെങ്കിൽ—ഞാൻ എവിടെയോ ജയിച്ചു

തുടങ്ങിയിരിക്കുന്നു" എന്ന വരികളിൽ രചനയുടെ സത്ത അടങ്ങിയിരിക്കുന്നു.

ഈ രചന വെറുമൊരു വ്യക്തിയുടെ ജീവിതകഥയല്ല; മലയാളിയുടെ സാംസ്കാരിക-സാമൂഹിക-വൈകാരിക ലോകത്തിന്റെ ഒരു വിശാലമായ ചിത്രമാണ്. ഓരോ അദ്ധ്യായവും ഓരോ ജീവിതപാഠം പകർന്നുതരുന്നു. തോൽവികളിൽ നിന്ന് പാഠമുൾക്കൊണ്ട്, സ്വന്തം വേരുകൾ തിരിച്ചറിഞ്ഞ്, മറ്റുള്ളവർക്ക് വേണ്ടി ജീവിക്കാൻ തീരുമാനിക്കുന്ന ഒരു മനുഷ്യന്റെ ആത്മകഥയാണിത്.

"ഫ്രെയിം ചെയ്യാത്ത ഓർമ്മകൾ" എന്ന അദ്ധ്യായത്തിലെ വാക്കുകൾ ഓർമ്മ വരുന്നു പഴയ കാലത്തെ കൂട്ടുകുടുംബ വ്യവസ്ഥയും ഇന്നത്തെ അണുകുടുംബങ്ങളും തമ്മിലുള്ള വ്യത്യാസം വരച്ചുകാട്ടുമ്പോൾ, "കാലഘട്ടം മാറുമ്പോൾ നമ്മൾ മനുഷ്യരും മാറും" എന്ന് അദ്ദേഹം പറയുന്നു. എങ്കിലും ഈ രചന തെളിയിക്കുന്നത്, മാറ്റങ്ങൾക്കിടയിലും മനുഷ്യത്വവും സ്നേഹവും എങ്ങനെ അതിജീവിക്കുന്നു എന്നാണ്.

ഒരു മലയാളിയുടെ ആധുനിക ജീവിതത്തിന്റെ വിശ്വവിജയകരമായ ആഖ്യാനം ഈ വരികളോടെ ഈ വായനക്കുറിപ്പ് അവസാനിപ്പിക്കുന്നു.

പെരുംകളിയാട്ടവും കുറച്ച് ഓർമ്മകളും...

അവളുടെ നിർബന്ധപ്രകാരമാണ് ഇന്ന് പെരുംകളിയാട്ടത്തിന് പോയത്. സത്യം പറഞ്ഞാൽ മനസ്സിന് അത്ര സുഖകരമായ തുടക്കമായിരുന്നില്ല അത്. രണ്ട് ദിവസത്തെ ഉറക്കക്ഷീണമുണ്ട്. പുലർച്ചെ 4 മണിക്ക് കോഴിക്കോട് എത്തി, 5:30-ന് തന്നെ എഴുന്നേറ്റതാണ്. ചെയ്യുന്ന ജോലി ദൈവമായി കരുതുന്നത് കൊണ്ട് അവിടെ ഉറക്കം തൂങ്ങിയില്ല. പക്ഷേ, ആ ക്ഷീണം മുഴുവൻ അവളോടുള്ള ദേഷ്യമായി പുറത്തു വരുന്നുണ്ടായിരുന്നു.

പോകുന്ന വഴിയിൽ കുട്ടികൾക്കായി നൈസ് പത്തിരി വാങ്ങി. അത് കഴിക്കുമ്പോൾ പഴയൊരു നോമ്പ് കാലം ഓർമ്മയിൽ വന്നു. ഓർമ്മകളുടെ രുചിക്ക് എപ്പോഴും വല്ലാത്തൊരു സുഖമാണ്. കാവിൽ എത്തും വരെ അവളോട് മിണ്ടിയതേയില്ല. ഉറക്കം കളഞ്ഞതിന്റെ ആ ഒരു ദേഷ്യം അപ്പോഴും ഉള്ളിലുണ്ട്.

അവിടെ എത്തിയപ്പോൾ കണ്ട കാഴ്ച മനോഹരമാണ്. ഒരു പ്രത്യേക സമുദായത്തിന്റെ ഉത്സവമാണെങ്കിലും നാടൊന്നാകെ അവിടെയുണ്ട്. ജാതിക്കും മതത്തിനും അപ്പുറം മനുഷ്യർ ഒന്നിക്കുന്നിടമാണല്ലോ ഇത്തരം ഉത്സവപ്പറമ്പുകൾ. ആ പ്രകാശപൂരിതമായ അന്തരീക്ഷത്തിൽ എത്തിയപ്പോൾ ഉള്ളിലെ ദേഷ്യം എങ്ങോ പോയ്മറഞ്ഞു. പുകയത്തും പൊടിയിലും തളർന്ന് പിന്നിലായിപ്പോയ അവളെ നോക്കി നിൽക്കുമ്പോൾ ദേഷ്യത്തിന് പകരം സ്നേഹമാണ് തോന്നിയത്.

തോറ്റവും അനുഗ്രഹം നൽകുന്ന തെയ്യവും കണ്ടപ്പോൾ തോന്നി, നമ്മൾ വടക്കേ മലബാർകാർക്ക് തെയ്യം എന്നത് വെറും വിശ്വാസമല്ല, അതൊരു അതിജീവനമാണ്. ആൾക്കൂട്ടത്തിനിടയിൽ എവിടെയോ 'ഉത്തരകേരളത്തിലെ അന്നൗൺസ്മെന്റ് രാജാവിന്റെ' ശബ്ദം മുഴങ്ങിയപ്പോൾ മനസ്സിനൊരു ഉൾപ്പുളകം.

തിരികെ വരുമ്പോൾ സാംസ്കാരിക സമ്മേളനത്തിൽ ആരോ പ്രസംഗിക്കുന്നത് കേട്ടു. ബാലി-രാമ യുദ്ധത്തെക്കുറിച്ച് തെറ്റായ ചില കാര്യങ്ങളാണ് അവർ പറയുന്നത്. യുദ്ധം ചെയ്യുന്നവർ തമ്മിൽ ശത്രുത വേണമെന്നില്ലല്ലോ. അക്കാര്യം അവിടെ കയറി പറഞ്ഞു കൊടുക്കണം എന്നുണ്ടായിരുന്നുവെങ്കിലും, സമയം വൈകിയത് കൊണ്ടും ആ പ്രസംഗം അത്ര രസിക്കാത്തത് കൊണ്ടും അവിടെ നിന്നില്ല.

രാത്രിയുടെ നിശബ്ദതയിൽ, അവളുടെ കൈപിടിച്ച് വീട്ടിലേക്ക് മടങ്ങുമ്പോൾ മനസ്സിൽ ആ തെയ്യക്കോലങ്ങളും കനലിലെ വെളിച്ചവും മാത്രമായിരുന്നു...

അനുജത്തിയും ഞാനും

5:30-നുള്ള അലാറം കേട്ടുകൊണ്ടായിരുന്നു കിടക്കയിൽ നിന്നും എഴുന്നേറ്റത്. തൊട്ടടുത്ത് കിടക്കുന്ന ഭാര്യ അപ്പോഴും ചുമച്ചുകൊണ്ടിരിക്കുകയാണ്. മൂന്നാല് ദിവസമായി ചുമ തുടങ്ങിയിട്ട്. അലർജിയുടെ പ്രശ്നം നേരത്തെ ഉണ്ട്; പിന്നെ കഴിഞ്ഞ ദിവസത്തെ യാത്രയും കാരണമാകാം ഈ ചുമ എന്ന് ഞാൻ ആലോചിച്ചു. ഇന്ന് എന്തായാലും ഡോക്ടറെ കാണാൻ പോകാൻ പറയണം. കുട്ടികൾ രണ്ടുപേരും ഇന്നലെ അവരുടെ അമ്മവീട്ടിലേക്ക് പോയിരിക്കുകയാണ്. എനിക്കാണെങ്കിൽ ലീവ് കിട്ടുകയുമില്ല. അവൾ തനിച്ച് വേണം ഡോക്ടറെ കാണാൻ പോകാൻ. അല്ലെങ്കിലും എന്റെ കൂടെ കൂടിയതിനുശേഷം അവൾ ഒറ്റയ്ക്കല്ലേ ഡോക്ടറെ കാണാൻ പോകാറുള്ളത്? എന്റെ ജോലിയുടെ സ്വഭാവം അവൾക്ക് നന്നായി അറിയാം; ഒരു പരാതിയും പറയാതെ അവൾ എല്ലാ കാര്യവും ഒറ്റയ്ക്ക് തന്നെ ചെയ്യും.

ആലോചിച്ചു നിന്നാൽ ശരിയാവില്ലല്ലോ, രാവിലെ ജോലിക്ക് പോകാനുണ്ട്. ഞാൻ എഴുന്നേറ്റു പ്രഭാതകൃത്യങ്ങൾ നിർവ്വഹിച്ചു ചായ ഉണ്ടാക്കാൻ തുടങ്ങി. അപ്പോഴാണ് പാൽ കേടായ വിവരം മനസ്സിലായത്. പിന്നെ കട്ടൻകാപ്പി ഉണ്ടാക്കി; സ്ഥിരം പ്രഭാതഭക്ഷണമായ റസ്ക് കാപ്പിയിൽ മുക്കി കഴിച്ചു. ഭാര്യയോട് യാത്ര പറഞ്ഞു വീട്ടിൽ നിന്നും ഇറങ്ങി, ഡോക്ടറെ കാണുന്ന കാര്യം ഒരിക്കൽ കൂടി ഓർമ്മിപ്പിച്ചു.

മൊബൈൽ ഫോണിൽ യൂട്യൂബിൽ പാട്ട് വെക്കാൻ നോക്കിയപ്പോൾ മുത്തപ്പന്റെ പാട്ടായിരുന്നു കിട്ടിയത്. ഇയർഫോൺ കണക്ട് ചെയ്ത് മുത്തപ്പന്റെ പാട്ടും കേട്ട് സ്റ്റാൻഡിലേക്ക് നടന്നു. സ്ഥിരം ബസ്സായ കണ്ണൂർ TT-യിൽ കയറി. നല്ല തണുപ്പായിരുന്നു; സൈഡിലെ

ഷട്ടറുകൾ താഴ്ത്തിയിട്ടതിനാലും പാട്ടിൽ മുഴുകിയതിനാലും തണുപ്പ് അറിഞ്ഞില്ല.

പയ്യന്നൂരിലെത്തി ഡിപ്പോയിൽ പോയി എന്നും പോകാറുള്ള ചീമേനി ബസ്സിന്റെ റാക്കും ETM-ഉം എടുത്തു. ഊതു മെഷീനിൽ ഊതി ലഹരി ഒന്നുമില്ല എന്ന് ഉറപ്പാക്കി ജോലി ആരംഭിച്ചു. അല്ലെങ്കിലും ഇപ്പോൾ എനിക്ക് ദുശീലങ്ങൾ ഒന്നുമില്ലല്ലോ. ശനിയാഴ്ച ആയതിനാൽ സാധാരണ ഉണ്ടാകാറുള്ള കുട്ടികൾ ഇന്നുണ്ടായില്ല. എപ്പോഴും അവരുടെ തമ്മിലുള്ള പരാതിയും പരിഭവവും കേട്ടുകൊണ്ടായിരുന്നല്ലോ യാത്ര. എന്റെ മകളുടെ പ്രായത്തിലുള്ള ആ കുട്ടികളെ കാണുമ്പോൾ 'ഇതെല്ലാം എന്റെ മക്കളല്ലേ' എന്ന് എനിക്ക് തോന്നാറുണ്ട്. ചീമേനിയിൽ പോയി തിരിച്ചുവന്നു ചെറുവത്തൂരിലേക്കാണ് പിന്നീട് പോകേണ്ടത്. ബസ്സ് വിടുമ്പോൾ സാധാരണ പോലെ രണ്ടാൾ മാത്രമായിരുന്നു വണ്ടിയിൽ. സമയം അതിക്രമിച്ചതിനാൽ പിന്നെ ഒന്നും നോക്കിയില്ല, ബസ്സ് സ്റ്റാൻഡിൽ നിന്നും എടുത്തു.

അടുത്ത സ്റ്റോപ്പിലെത്തിയപ്പോൾ അവിടെ നിന്നും രണ്ടുപേർ കയറി. അതിൽ ഒരാൾ ദൂരസ്ഥലത്തുനിന്നുള്ള ആളായിരുന്നു; കരിവെള്ളൂരാണ് അയാൾക്ക് പോകേണ്ടത്. എത്തുമ്പോൾ പറയാമെന്ന് അയാളോട് പറഞ്ഞു. പിന്നെ ഒരു പെൺകുട്ടിയാണ് കയറിയത്; കറുത്ത ഒരു വലിയ ബാഗും തൂക്കിയായിരുന്നു അവൾ വന്നത്. അവളുടെ മുഖം കാണുമ്പോൾ എന്തോ വിഷമമുള്ളതുപോലെ തോന്നി. ടിക്കറ്റ് എടുക്കാൻ നേരത്ത് 'ചെറുവത്തൂർ' എന്ന് പറഞ്ഞു. ഞാൻ 25 രൂപയുടെ ടിക്കറ്റ് മുറിച്ചു നൽകി. അവൾ വിഷമത്തോടെ 17 രൂപയുടെ നാണയത്തുട്ടുകൾ എന്റെ നേരെ നീട്ടി. ഞാൻ അത് വാങ്ങി ടിക്കറ്റ് നൽകി.

പിന്നെ സ്റ്റോപ്പുകൾ ഓരോന്നും കഴിഞ്ഞ് മുന്നോട്ട് പോയി. ഞാൻ മുന്നിലേക്ക് പോകുമ്പോഴൊക്കെ ആ കുട്ടിയെ ശ്രദ്ധിച്ചു. അവളുടെ കയ്യിലുള്ള സാധനങ്ങൾ വിറ്റിട്ട് വേണം അവൾക്ക് അടുത്ത സ്ഥലത്തേക്ക് പോകാൻ എന്ന് അവൾ പറഞ്ഞു. അപ്പോൾ മുതൽ എനിക്ക് എന്തോ വിഷമം പോലെ— എന്റെ ഒരു അനിയത്തിയല്ലേ അത്? രാവിലെ ഒന്നും കഴിച്ചോ എന്ന് പോലും അറിയില്ല. അവസാന സ്റ്റോപ്പിൽ എത്തുന്നതിന് തൊട്ടുമുൻപ് ഞാൻ ഒരു 50 രൂപ എടുത്ത് അവളുടെ നേരെ നീട്ടി. അപ്പോൾ അവളുടെ മുഖത്ത് ഒരു ആശ്വാസം ഞാൻ കണ്ടു. അവൾ അത് വാങ്ങി. ഞാൻ ചോദിച്ചു, "ഇനി വേണോ?" അപ്പോൾ അവൾ മടിച്ചുകൊണ്ട് പറഞ്ഞു, "ഏട്ടന് നഷ്ടമാവില്ലേ?" ഒരു 50 രൂപ കൂടി വേണമെന്ന് അവളുടെ മുഖം പറയുന്നുണ്ടായിരുന്നു. ഞാൻ ഒരു 50 രൂപ കൂടി അവൾക്ക് കൊടുത്തു. പേര് പോലും പരസ്പരം ചോദിച്ചില്ല, പറഞ്ഞില്ല; പക്ഷേ ഒരു അനിയത്തിയെ ഒരു നേരത്തേക്ക് സഹായിക്കാൻ എനിക്ക് കഴിഞ്ഞു.

മയ്യഴിപ്പുഴയുടെ തീരങ്ങളിലൂടെ...

പുതിയ സ്ഥലത്തെ ആദ്യത്തെ ഡ്യൂട്ടി ഇന്നാണ്. രാത്രി 9.30-നുള്ള കോഴിക്കോട് സർവീസ്. നേരത്തെ ഈ സർവീസ് കോഴിക്കോട് എയർപോർട്ട് വരെയായിരുന്നു; പിന്നീട് എന്തോ കാരണത്താൽ അത് കോഴിക്കോട് വരെയാക്കി ചുരുക്കി. കണ്ണൂരിന് അപ്പുറത്തേക്ക് ഒരു സർവീസ് പോയിട്ട് ഇപ്പോൾ കുറെ കാലമായി. രാത്രിയായതിനാൽ വണ്ടിയിൽ ആൾക്കാർ കുറവായിരുന്നു; വൈകിട്ട് വരെ ജോലി ചെയ്യുന്ന സാധാരണക്കാരുടെ ബസ്സാണ് ഇത്. പണ്ട് ഗൾഫ് മോഹവുമായി പോയിരുന്ന പലരുടെയും ആശ്രയമായിരുന്ന സർവീസ്.

കാഞ്ഞങ്ങാടും പയ്യന്നൂരും കണ്ണൂരും കഴിഞ്ഞ് സർക്കസിന്റെ നാടായ തലശ്ശേരിയിലെത്തിയപ്പോൾ എന്റെ പഴയ ജോലിസ്ഥലം

ഓർമ്മയിൽ വന്നു. ക്രിക്കറ്റ് ഗ്രൗണ്ടിന് അഭിമുഖമായി നിൽക്കുന്ന തലശ്ശേരി ഡിപ്പോ! ഒരു സസ്പെൻഷൻ കഴിഞ്ഞ് ഞാൻ കയറിയത് അവിടെയായിരുന്നു. പയ്യന്നൂർ എനിക്ക് തന്ന സങ്കടമായിരുന്നു ആ സസ്പെൻഷൻ. പക്ഷേ, തലശ്ശേരി എനിക്ക് പുതിയ പാഠങ്ങൾ നൽകി. കൊട്ടിയൂരപ്പന്റെ കാരുണ്യം കൊണ്ട് ഒരു വർഷം അവിടെ പരാതികളില്ലാതെ കഴിഞ്ഞു.

ആ കാലത്തെ രണ്ടാമത്തെ ദിവസത്തെ ഡ്യൂട്ടി ഞാൻ ഒരിക്കലും മറക്കില്ല. കോഴിക്കോട് എത്തിയപ്പോൾ ഡ്രൈവറുടെ ബന്ധു മരിച്ച സന്ദേശം ലഭിച്ചു. അദ്ദേഹം വണ്ടി തലശ്ശേരിയിൽ എത്തിച്ച് മടങ്ങി. രാവിലെ ഒരു ചായയും ഇലയടയും കഴിച്ചതല്ലാതെ വേറെ ഒന്നും വയറ്റിൽ ചെന്നിരുന്നില്ല. രാത്രി 1.30-ന് മടക്കയാത്രയ്ക്ക് ബസ് കാത്തുനിൽക്കുമ്പോൾ എനിക്ക് ബോധം പോകുന്നത് പോലെ തോന്നി. അപ്പോൾ എനിക്ക് വേണ്ടി മാത്രം തുറന്നുവെച്ചത് പോലെ ഒരു കട അവിടെ കണ്ടു. അവിടെ നിന്നും കഴിച്ച പഫ്സും നാരങ്ങാവെള്ളവുമാണ് എന്നെ ജീവിതത്തിലേക്ക് തിരിച്ചുപിടിച്ചത്. വിശപ്പിന്റെ കാഠിന്യം അറിഞ്ഞ നിമിഷം! ഒരു നേരത്തെ ആഹാരം പോലും കഴിക്കാത്ത എത്ര പേർ നമുക്ക് ചുറ്റുമുണ്ടാകാം?

മാഹി പാലം കടക്കുമ്പോൾ ഞാൻ ആ അരണ്ട വെളിച്ചത്തിൽ ദൂരേക്ക് നോക്കി. വെള്ളിയാങ്കല്ലിൽ തുമ്പികൾ ഉണ്ടായിരിക്കുമോ ഇപ്പോൾ? മദ്യക്കടകളുടെ പേരിൽ കുപ്രസിദ്ധി നേടിയ മാഹി എനിക്ക് മുകുന്ദന്റെ 'മയ്യഴി'യാണ്; വിശുദ്ധ തെരേസ മാതാവിന്റെ പുണ്യഭൂമിയാണ്. ഞാൻ അവിടെ ദാസനെയും മാഗി മദാമ്മയെയും തിരഞ്ഞു. അവർ അവിടെ തുമ്പികളായി പാറുന്നുണ്ടാകാം.

എസ്.കെ. പൊറ്റക്കാടും തിക്കോടിയനും ബഷീറുമൊക്കെ ജീവിച്ചു തീർത്ത കോഴിക്കോടിനോട് എനിക്ക് വൈകാരികമായ ഒരടുപ്പമുണ്ട്. ബാബുക്കയുടെ പാട്ടും ഗസലുകളും എന്നെ സംഗീതത്തിലേക്കും

പുസ്തകങ്ങളിലേക്കും അടുപ്പിച്ചിരിക്കാം. എങ്കിലും മറക്കാൻ ആഗ്രഹിക്കുന്ന ചില ഓർമ്മകൾ ആ നഗരത്തിൽ ബാക്കിയുണ്ട്. എന്റെ ഒറ്റപ്പെടലിന് കരിനിഴൽ വീഴ്ത്തിയ ആ അനുഭവങ്ങൾ ഞാൻ മായ്ച്ചു കളയുകയാണ്. പ്രശസ്തമായ സാഗർ ഹോട്ടലിന് സമീപമുള്ള ബസ് സ്റ്റാൻഡിൽ വണ്ടി പാർക്ക് ചെയ്ത്, സീറ്റിൽ കിടന്ന് ഞാൻ ഒന്ന് മയങ്ങി.

പുലർച്ചെ 4 മണിക്കായിരുന്നു ഒന്ന് കിടന്നത്. കിടക്കാൻ നേരത്ത് മൂളിപ്പാട്ടൊന്നും കേട്ടില്ല, പക്ഷെ കുറച്ചു കഴിയുമ്പോൾ "എന്റെ പാട്ട് എങ്ങനെയുണ്ട്?" എന്ന് ചോദിച്ച് അവൻ എത്തി. ആ പാട്ട് കേൾക്കാൻ താല്പര്യം ഇല്ലാത്തതിനാൽ ഞാൻ അവനെ ആട്ടി അകറ്റി; പക്ഷേ അവൻ വീണ്ടും വന്നുകൊണ്ടിരുന്നു.

ആറു മണിക്ക് അലാറം വെച്ചായിരുന്നു കിടന്നത്, പക്ഷെ 5.30-നു തന്നെ എഴുന്നേറ്റു. പ്രഭാത കൃത്യങ്ങൾ നിർവഹിച്ചു; അടുത്ത് കണ്ട ഒരു കടയിൽ നിന്നും ചായയും ഒരു പത്തലും കഴിച്ചു. 6.45-നാണ് കാസർഗോട്ടേക്കുള്ള സർവീസ് ആരംഭിക്കേണ്ടത്. സമയമുണ്ടല്ലോ, കോഴിക്കോടിന്റെ സൗന്ദര്യം ഒന്ന് കാണാം എന്ന് വിചാരിച്ചു പുറത്തിറങ്ങി. ആദ്യ കാഴ്ചയിൽ തന്നെ നഗരം കൂടുതൽ സുന്ദരിയായതു പോലെ തോന്നി. പുറംമോടി മാത്രമേയുള്ളോ, അതോ ശരിക്കും സൗന്ദര്യം കാത്തുസൂക്ഷിക്കുന്നുണ്ടോ? ഏതായാലും ബസ്സിൽ പോകുമ്പോൾ കൂടുതൽ ആസ്വദിക്കാം.

എത്ര ഉപേക്ഷിക്കാൻ ശ്രമിച്ചാലും തിരിച്ചുവിളിക്കുന്ന ഒരു ഭാര്യയെപ്പോലെ എനിക്ക് തോന്നി; എന്തോ ഒരു ആകർഷണം ഉള്ളതുപോലെ. കൂടുതലും മറക്കാൻ ആഗ്രഹിക്കുന്ന കാര്യങ്ങളാണ് കോഴിക്കോട് തന്നത്. മാനഞ്ചിറ കടന്നുപോകുമ്പോൾ എസ്.കെ.-യുടെ പ്രതിമ മിഠായിത്തെരുവിൽ നിന്നും എന്നെ നോക്കി ചിരിക്കുന്നുണ്ടായിരുന്നു; "എന്റെ ശ്രീധരനെ നീ മറന്നില്ലല്ലോ?" എന്ന്

ചോദിച്ചത് പോലെ തോന്നി. പഴയ ക്രൗൺ തിയേറ്ററും മോഡൽ സ്കൂളും കുറെ പഴയ ഓർമ്മകൾ സമ്മാനിച്ചു. ചിറയിൽ നിന്നും വെള്ളം ശേഖരിച്ച് ഹോട്ടലുകളിൽ കൊണ്ട് കൊടുക്കുന്ന വണ്ടികൾ ഇപ്പോഴുമുണ്ടോ? നേരം വെളുത്തതല്ലേയുള്ളൂ, കുറച്ചു കഴിയുമ്പോൾ വരുമായിരിക്കും.

ലോകപ്രശസ്തമായ പാരഗൺ ഹോട്ടൽ കണ്ടപ്പോൾ മുൻപ് അവിടെ പോയി ബിരിയാണി കഴിച്ചതിന്റെ രുചി നാവിൽ വന്നു. പാരഗണിന്റെ എതിർവശത്തുള്ള മിൽക്ക് സർബത്ത് എന്നെ കൊതിപ്പിച്ചതല്ലാതെ ഇതുവരെ കുടിക്കാൻ കഴിഞ്ഞിരുന്നില്ലല്ലോ, അതൊരു വലിയ നഷ്ടബോധമായി മനസ്സിൽ ഇപ്പോഴുമുണ്ട്. ക്രിസ്ത്യൻ കോളേജും നടക്കാവും കഴിഞ്ഞ് വെസ്റ്റ്ഹില്ലിൽ എത്തിയപ്പോൾ, എന്റെ രണ്ടു വർഷം കളഞ്ഞ, എന്റെ ജീവിതത്തെ തന്നെ മാറ്റിയ പോളിടെക്നിക്കിന്റെ ആ വലിയ സൗധം പഴയ ഗാംഭീര്യത്തോടെ എന്നെ നോക്കി കളിയാക്കി. "എന്റെ കുട്ടികളെല്ലാം നല്ല നിലയിൽ എത്തി, എന്നെ ചീത്തയും പറഞ്ഞു പോയ നീ ഇപ്പോൾ വെറും ഒരു കണ്ടക്ടർ മാത്രമല്ലേ ആയുള്ളൂ?" എന്നൊരു പുച്ഛമായിരുന്നു ആ ചിരിയിൽ തെളിഞ്ഞത്. കോരപ്പുഴ പാലം കടന്നപ്പോൾ പഴയതുപോലെ ഒരു ആശ്വാസം തോന്നി.

അച്ഛനും ഞാനും ചില അപൂർണ്ണമായ വരികൾ

ആ ദിവസം വളരെ സന്തോഷത്തോടെയാണ് ഞാൻ ഉറക്കമുണർന്നത്; രാവിലെ തൃശൂർ പോകാനുണ്ട്. ഞാനും അച്ഛനും കൂടി പയ്യന്നൂർ റെയിൽവേ സ്റ്റേഷനിൽ നിന്നും ട്രെയിനിൽ കയറി. മരപ്പലക കൊണ്ട് ഉണ്ടാക്കിയ സീറ്റിലിരുന്ന് യാത്ര തുടങ്ങിയപ്പോൾ ഉള്ളിൽ വലിയ ആവേശമായിരുന്നു. ആദ്യമായി ട്രെയിനിൽ കയറുന്നതിന്റെ കൗതുകം മാത്രമല്ല, പോളിടെക്നിക്കിലേക്കുള്ള ഇന്റർവ്യൂവിന് വേണ്ടിയുള്ള യാത്ര കൂടിയായിരുന്നു അത്. കണ്ണൂരും വടകരയും കോഴിക്കോടും

കടന്ന് കേരളത്തിന്റെ സാംസ്കാരിക തലസ്ഥാനമായ തൃശ്ശിവപേരൂരിൽ ഞങ്ങൾ എത്തി.

പിറ്റേന്ന് രാവിലെ ഇന്റർവ്യൂ നടക്കുന്ന 'മഹാരാജാസ് ടെക്നിക്കൽ ഇൻസ്റ്റിറ്റ്യൂട്ടിലേക്ക്' പോയി. എന്റെ ഊഴം വന്നപ്പോൾ കോഴിക്കോട് പോളിടെക്നിക്കിൽ 'കെമിക്കൽ എഞ്ചിനീയറിംഗ്' തിരഞ്ഞെടുത്തു. അതൊരു നല്ല കോഴ്സാണെന്ന് മറ്റു കുട്ടികൾ പറയുന്നത് കേട്ടപ്പോൾ അച്ഛന്റെ മുഖത്ത് വിരിഞ്ഞ ആ സന്തോഷം എനിക്ക് ഇപ്പോഴും ഓർമ്മയുണ്ട്. ശക്തൻ സ്റ്റാൻഡിൽ നിന്നും കോഴിക്കോട്ടേക്കുള്ള ബസ്സിൽ കയറുമ്പോൾ, ഞാൻ ആഗ്രഹിച്ച ഫസ്റ്റ് ഗ്രൂപ്പ് കിട്ടാത്തതിന്റെ സങ്കടം മാറിയിരുന്നു. നാട്ടിലെത്തിയപ്പോൾ അച്ഛൻ എല്ലാവരോടും എനിക്ക് കിട്ടിയ കോഴ്സിനെക്കുറിച്ച് വാചാലനായി.

പക്ഷേ, ആ സന്തോഷത്തിന് ആയുസ്സ് കുറവായിരുന്നു. ആ കോഴ്സിൽ ഞാൻ ഒരു സമ്പൂർണ്ണ പരാജയമായി മാറി. ഒടുവിൽ നാട്ടിലെ പാരലൽ കോളേജിൽ ഫോർത്ത് ഗ്രൂപ്പിന് ചേരുമ്പോഴേക്കും എനിക്ക് വിലപ്പെട്ട രണ്ട് വർഷങ്ങൾ നഷ്ടപ്പെട്ടിരുന്നു. എന്നെക്കുറിച്ച് അഭിമാനത്തോടെ സംസാരിച്ച അച്ഛനോട് ഞാൻ ചെയ്തത് ശരിയാണോ എന്ന് എനിക്കറിയില്ല. പിന്നീട് പല കാര്യങ്ങളിലും അച്ഛന് ഇഷ്ടമില്ലാത്ത വഴികളിലൂടെയായിരുന്നു എന്റെ സഞ്ചാരം. അത് മനഃപൂർവ്വമായിരുന്നോ? അല്ലെന്നാണ് എനിക്ക് തോന്നിയിട്ടുള്ളത്.

സ്നേഹം ഉള്ളിൽ മാത്രം ഒതുക്കുന്ന ഒരാളായിരുന്നു അച്ഛൻ. സഹപ്രവർത്തകരുടെ മക്കൾ ഉയർന്ന നിലയിൽ എത്തുമ്പോൾ, ഞാൻ എവിടെയും എത്താത്തതിൽ അച്ഛന് സ്വാഭാവികമായും ദേഷ്യവും സങ്കടവും തോന്നിയിരിക്കാം.

ഇന്ന് ഞാൻ ഒരു അച്ഛനായപ്പോൾ എനിക്ക് പലതും മനസ്സിലാക്കാൻ കഴിയുന്നുണ്ട്. അച്ഛൻ അന്ന് അനുഭവിച്ചിട്ടുണ്ടാകാവുന്ന ആ വിഷമം എനിക്ക് ഇപ്പോൾ തിരിച്ചറിയാം. എന്നെ പുസ്തകങ്ങളുടെ

ലോകത്തേക്ക് കൈപിടിച്ചു നടത്തിയ അച്ഛനോട് എനിക്ക് കടപ്പാടും സ്നേഹവും മാത്രമേയുള്ളൂ. പക്ഷേ, ഞാനും അച്ഛനും ഇപ്പോൾ മനസ്സ് തുറന്ന് സംസാരിച്ചിട്ട് എത്ര നാളായി! ആരുടെ ഭാഗത്താണ് ശരി അല്ലെങ്കിൽ തെറ്റ് എന്നെനിക്കറിയില്ല. ആ മൗനത്തിന്റെ മതിൽക്കെട്ടുകൾക്കിടയിൽ ഇന്നും ഞങ്ങളുടെ സ്നേഹം ബാക്കിയുണ്ട്.

മുത്തപ്പനും കുട്ടികളും

പേരുപോലെയാണോ മറ്റുള്ളവർ അവളെ കണ്ടത്? അല്ലെന്നാണ് അവളെ കാണുന്നതിന് മുൻപ് എനിക്ക് തോന്നിയത്. ആദ്യമൊക്കെ കേട്ടപ്പോൾ എന്നെപ്പോലെയുള്ള ഒരു സ്വഭാവമല്ലേ ഇതെന്ന് ഞാൻ കരുതിയിരുന്നു. പയ്യന്നൂരിൽ ജോലി തുടങ്ങിയപ്പോൾ മുതൽ കേൾക്കാൻ തുടങ്ങിയ ഒരു പേരായിരുന്നു അത്. എന്നാൽ നേരിട്ട് കണ്ടു പരിചയപ്പെട്ടപ്പോൾ, ഞാൻ മനസ്സിൽ കരുതിയ രൂപമോ സ്വഭാവമോ അല്ലെന്ന് എനിക്ക് മനസ്സിലായി. പല കാര്യങ്ങളിലും ഞങ്ങൾ തമ്മിൽ സാമ്യമുണ്ടായിരുന്നില്ലേ? എന്നോടുള്ള അവളുടെ പെരുമാറ്റം എപ്പോഴും സൗമ്യമായിരുന്നു. ഉയർന്ന വിദ്യാഭ്യാസം ഉണ്ടായിട്ടും അതിനനുസരിച്ചുള്ള ഒരു ജോലി ലഭിക്കാത്തതിൽ എനിക്കുണ്ടായ അതേ നിരാശ അവൾക്കും തോന്നിയിട്ടുണ്ടാകില്ലേ?

രാവിലെ ഞാൻ എന്തൊക്കെയാണ് ചിന്തിക്കുന്നത്! മുത്തപ്പനെ കാണാൻ പോകാനുള്ളതാണ്. പെട്ടെന്ന് കുളിച്ചു റെഡിയായി. അവളും കുട്ടികളും റെഡിയാകുന്നതേയുള്ളൂ. അപ്പോഴാണ് ഞാൻ അവളോട് പിണങ്ങിയത്. അല്ലെങ്കിലും അവളോട് പിണങ്ങാൻ എനിക്ക് പ്രത്യേകിച്ച് കാരണം ഒന്നും വേണ്ടല്ലോ! ആ പിണക്കം കാരണം അവർ മാത്രം മുത്തപ്പനെ കാണാൻ പോയി. ഇറങ്ങുമ്പോൾ അവരുടെ മുഖത്ത് ഞാൻ കൂടെ ചെല്ലാത്തതിന്റെ വിഷമം ഉണ്ടായിരുന്നു. പക്ഷേ, എന്റെ 'ഈഗോ' അവരെ തടയാൻ എന്നെ പ്രേരിപ്പിച്ചു.

അവർ പോയിക്കഴിഞ്ഞപ്പോൾ ഞാൻ അവിടെത്തന്നെ ഇരുന്നു മയങ്ങിപ്പോയി. ഫോണിന്റെ ബെല്ലടി കേട്ടാണ് ഉണർന്നത്. അവളായിരുന്നു. ഞാൻ തിരിച്ചുവിളിച്ചപ്പോൾ മകൾ പറഞ്ഞു, "അച്ഛൻ വരണം" എന്ന്. പിന്നെ ഒന്നും നോക്കിയില്ല; ഈഗോയെ പടിക്കുപുറത്താക്കി. മകളേക്കാൾ വലുതല്ലല്ലോ എന്റെ വാശികൾ! വണ്ടി സ്റ്റാർട്ട് ചെയ്ത് നേരെ മുത്തപ്പന്റെ അടുത്തേക്ക് പുറപ്പെട്ടു.

അവളുടെ അനിയത്തിയുടെ വീട്ടിലായിരുന്നു മുത്തപ്പൻ തെയ്യം. ഞാൻ എത്തുമ്പോൾ തെയ്യം തുടങ്ങിയിരുന്നില്ല. നേരെ ചെന്ന് അവളെയും കുട്ടികളെയും കണ്ടു; അതുവരെയുണ്ടായ വിഷമങ്ങൾ അലിഞ്ഞുപോയി. പിന്നെ എല്ലാവരും ചേർന്ന് മുത്തപ്പനെ കണ്ടു. സങ്കടങ്ങൾ പറഞ്ഞു തൊഴുതു നിന്നപ്പോൾ മനസ്സിൽ വലിയൊരു തൃപ്തി വന്നതുപോലെ തോന്നി.

കടപ്പുറത്തെ കാഴ്ചകൾ

വൈകുന്നേരത്തെ ചായയും കുടിച്ച് കസേരയിൽ ഇരുന്ന ഞാൻ ഒന്ന് മയങ്ങിപ്പോയി. അവളുടെ വിളി കേട്ടാണ് ഞാൻ ഉണർന്നത്; "നമുക്ക് എവിടെയെങ്കിലും പോകാം" എന്നായിരുന്നു ആവശ്യം. ഞാൻ പെട്ടെന്നുതന്നെ ഒരുങ്ങി. "ഇന്ന് എന്തായാലും കടപ്പുറത്തേക്ക് പോകാം" എന്ന് പറഞ്ഞുകൊണ്ട് അവൾ എന്റെ അടുത്തേക്ക് വന്നു. അപ്പോഴാണ് ഒരു നാലുചക്ര വാഹനത്തിന്റെ അഭാവം മനസ്സിൽ വന്നത്. കുട്ടികൾക്ക് ചെറിയ ചുമയുള്ളതിനാൽ അവരെ കൂട്ടാതെ, ഞങ്ങൾ രണ്ടുപേരും മാത്രം 'ശകട'വുമായി പുറത്തേക്ക് ഇറങ്ങി.

സാധാരണ പോകുന്ന വഴിയിലൂടെ തൈക്കടപ്പുറം ബീച്ച് ലക്ഷ്യമാക്കി നീങ്ങി. ദേശീയപാതയുടെ പണി ഊർജിതമായി നടന്നു കൊണ്ടിരിക്കുന്നതിനാൽ ഉയർന്ന പൊടിപടലം മുഖത്ത് പതിക്കാതിരിക്കാൻ അവൾ ഷാൾ കൊണ്ട് മുഖം പൊത്തിയിരുന്നു.

അവളുടെ ആ പെട്ടെന്നുള്ള പ്രവൃത്തി കാരണം വണ്ടി ഒന്ന് പാളി; അപ്പോഴേക്കും പതിവുള്ള പരാതികൾ എന്തേ വരാത്തത് എന്ന് ഞാൻ അത്ഭുതപ്പെട്ടു. ദേശീയപാതയിൽ നിന്നും ഒരു ഗ്രാമീണ പാതയിലേക്ക് ഞാൻ വണ്ടി തിരിച്ചു. മുന്നോട്ട് പോകുമ്പോൾ അവിടെ റോഡിൽ തടസ്സം—കൾവേർട്ട് നിർമ്മാണം കാരണം റോഡ് മുറിച്ചിട്ടിരിക്കുകയാണ്. ചില തടസ്സങ്ങൾ ജീവിതത്തിൽ സാധാരണമാണല്ലോ!

അവിടെ കണ്ട ഒരു ഇടറോഡിലൂടെ ലക്ഷ്യമില്ലാതെ മുന്നോട്ടുപോയപ്പോൾ, റോഡിനിരുവശവുമുള്ള പച്ചക്കറി കൃഷി അവളുടെ ശ്രദ്ധയിൽപ്പെട്ടു. അവൾ പെട്ടെന്ന് ഒരു കൃഷിക്കാരിയായി മാറി! പാടത്തേക്ക് വണ്ടി ഒതുക്കിയപ്പോഴേക്കും ചീരയും വെണ്ടയും വെള്ളരിയും നിറഞ്ഞ ആ പച്ചപ്പിലേക്ക് അവൾ നടന്നുനീങ്ങിയിരുന്നു. കൃഷിക്കാരനോട് സംശയങ്ങൾ ചോദിച്ചും പച്ചക്കറി വാങ്ങിയും വണ്ടിയിൽ വെച്ച് ഞങ്ങൾ യാത്ര തുടർന്നു.

മൂകാംബിക ദേവിയുടെ ശ്രീകോവിലിന് മുൻപായി സ്ഥിതി ചെയ്യുന്ന കടപ്പുറത്ത് ഞങ്ങൾ എത്തി. ദേവിയും വരുണനും മുഖാമുഖം നിൽക്കുന്ന ആ കടപ്പുറത്തിന് എന്തോ ഒരു ഭംഗി കൂടുതൽ പോലെ തോന്നി. ചെറിയ കുട്ടികൾ കടലിൽ ഇറങ്ങി ഉല്ലസിക്കുന്നത് കണ്ടപ്പോൾ 'ദേവിയുടെ കാവലുള്ളതുകൊണ്ടാണോ ഇത്ര ധൈര്യം' എന്ന് ഞാൻ ഓർത്തുപോയി. മണൽപ്പുറത്ത് മലർന്നുകിടന്ന് ഞാൻ പലതും ആലോചിച്ചു. അവൾ അപ്പോൾ കടലിന്റെ സൗന്ദര്യം ഒപ്പിയെടുത്ത് സ്റ്റാറ്റസ് ഇടുന്ന തിരക്കിലായിരുന്നു.

"നാളെ കാണാം" എന്ന വാഗ്ദാനത്തോടെ സൂര്യൻ കടലിന്റെ ആഴങ്ങളിലേക്ക് ഊളിയിട്ടു. "നമുക്കും മടങ്ങാം" എന്ന് ഞാൻ അവളെ വിളിച്ചു. സ്റ്റാറ്റസ് എത്ര പേർ കണ്ടു എന്ന തിരക്കിലായിരുന്നു അവൾ.

ഇനിയും അവിടെ നിന്നാൽ ശരിയാകില്ല എന്നുറപ്പിച്ച് അവളെയും കൂട്ടി നേരെ കുട്ടികളുടെ അടുത്തേക്ക് വണ്ടി ഓടിച്ചു.

ലോട്ടറി വിൽക്കുന്ന വൃദ്ധൻ

കോട്ടിക്കുളം സ്റ്റേഷനിലെ ആ ബെഞ്ചിലിരിക്കുമ്പോൾ സമയം പതുക്കെയാണ് നീങ്ങുന്നത്. അടുത്ത പാസഞ്ചർ ട്രെയിനിനായുള്ള കാത്തിരിപ്പിലാണ് എല്ലാവരും. ചുറ്റും നോക്കുമ്പോൾ ഒരു കാര്യം വ്യക്തമാണ്—ഇന്ന് മനുഷ്യർ സംസാരിക്കുന്നത് മനുഷ്യരോടല്ല, അവരുടെ കയ്യിലുള്ള ചതുരശ്ര പ്ലാസ്റ്റിക് കഷ്ണങ്ങളോടാണ്. എല്ലാവരുടെയും തല കുനിഞ്ഞിരിക്കുന്നു; വിരലുകൾ മൊബൈൽ സ്ക്രീനിൽ എന്തൊക്കെയോ തിരയുകയാണ്.

ആ ആൾക്കൂട്ടത്തിനിടയിലാണ് ലോട്ടറി വിൽക്കുന്ന ആ വൃദ്ധൻ എന്റെ ശ്രദ്ധയിൽപ്പെട്ടത്. ഭാഗ്യം വിൽക്കാൻ നടക്കുന്ന അദ്ദേഹത്തിന്റെ കുഴിഞ്ഞ കണ്ണുകളിലേക്ക് ഞാൻ നോക്കി. പട്ടിണിയും തളർച്ചയും ആ മുഖത്തുണ്ടെങ്കിലും, ആ കണ്ണുകളിൽ കണ്ട ആത്മവിശ്വാസം എന്നെ അത്ഭുതപ്പെടുത്തി. മറ്റുള്ളവർ മൊബൈലിലെ മായക്കാഴ്ചകളിൽ അഭയം തേടുമ്പോൾ, അദ്ദേഹം ജീവിതത്തിന്റെ കയ്പ്പേറിയ യാഥാർത്ഥ്യങ്ങളോട് നേരിട്ട് പൊരുതുകയാണ്. ആ കുഴിഞ്ഞ കണ്ണുകൾ പറയുന്നത് തോറ്റു കൊടുക്കാൻ തയ്യാറല്ലാത്ത ഒരു മനുഷ്യന്റെ നിശ്ചയദാർഢ്യമാണ്. ഒരുപക്ഷേ, ലോകത്തിലെ ഏറ്റവും വലിയ ഭാഗ്യം വിൽക്കുന്ന അദ്ദേഹത്തിന്റെ ഭാഗ്യം ഇന്നും എവിടെയോ ഒളിച്ചിരിക്കുകയാവാം. എന്നിട്ടും ആ മുഖത്ത് നിഴലിക്കുന്ന ആത്മവിശ്വാസം ഒരു വലിയ പാഠമാണ്.

സാധാരണ ഞാൻ ലോട്ടറി എടുക്കാറില്ല. കാരണം, അധ്വാനിക്കാതെ കിട്ടുന്ന പണത്തിന് വിലയില്ല എന്നെനിക്കറിയാം; അത് വന്നതുപോലെ തന്നെ പോവുകയും ചെയ്യും—ചിലപ്പോൾ

അതിലധികവും. പക്ഷേ, ആ വൃദ്ധനിൽ നിന്ന് ഒരു ടിക്കറ്റ് എടുക്കണമെന്ന് എനിക്ക് തോന്നി. നിർഭാഗ്യവശാൽ എന്റെ കയ്യിൽ പണമുണ്ടായിരുന്നില്ല. ലോകം ഡിജിറ്റൽ ആയതിന്റെ പ്രായോഗിക ബുദ്ധിമുട്ട് ഞാൻ അപ്പോഴറിഞ്ഞു. 'ഇനി എപ്പോഴും ഒരു നൂറു രൂപയെങ്കിലും കയ്യിൽ കരുതണം' എന്ന് ഞാൻ ഉറപ്പിച്ചു. ലോട്ടറി വിറ്റു കിട്ടുന്ന തുച്ഛമായ കാശിനായിരിക്കാം ആ വൃദ്ധൻ ജീവിക്കുന്നത്. കൂട്ടിന് ആരെങ്കിലും ഉണ്ടാവുമോ? ചിലപ്പോൾ ഭാര്യ ഉണ്ടായിരിക്കാം. പ്രായമായ അച്ഛനമ്മമാരെ ഉപേക്ഷിക്കുന്ന മക്കളുടെ എണ്ണം കൂടിവരുന്ന ഈ കാലത്ത് അദ്ദേഹത്തിന്റെ അവസ്ഥ എന്താണെന്ന് എനിക്കറിയില്ല. അദ്ദേഹത്തെ കൂടുതൽ പരിചയപ്പെടണം എന്നുണ്ടായിരുന്നു, പക്ഷേ അപ്പോഴേക്കും തീവണ്ടി എത്തിക്കഴിഞ്ഞു.

ട്രെയിനിൽ കയറി കമ്പാർട്ട്മെന്റ് മുഴുവൻ തിരഞ്ഞെങ്കിലും അവളെ കണ്ടില്ല. അപ്പോഴാണ് അവളുടെ വിളി വന്നത്; നീലേശ്വരത്ത് വെച്ച് കാണാമെന്ന് അവൾ പറഞ്ഞു. ശരീരം രണ്ടാണെങ്കിലും നമ്മുടെ മനസ്സുകൾ ഒന്നല്ലേ? കുറച്ചകലെയാണെങ്കിലും നീ എന്റെ കൺവെട്ടത്തുണ്ട്. ചിലപ്പോൾ തോന്നും അന്നത്തെ ആ അപകടം ഒരു അനുഗ്രഹമായിരുന്നു എന്ന്. അതിനുശേഷമല്ലേ ഞാൻ അവളോട് കൂടുതൽ അടുത്തത്? എന്റെ ദുശ്ശീലങ്ങൾ ഉപേക്ഷിച്ചതും അപ്പോഴാണല്ലോ.

ചില വേദനകൾ നമുക്ക് ചില സന്തോഷങ്ങൾ നൽകും; എന്തെങ്കിലും നഷ്ടപ്പെട്ടാലേ ജീവിതത്തിൽ മറ്റെന്തെങ്കിലും നേടാൻ സാധിക്കൂ.

നീലേശ്വരത്ത് ട്രെയിൻ ഇറങ്ങി അവളെ കാത്തുനിന്നു. അധികം വൈകാതെ അവൾ എത്തി. ഞങ്ങൾ രണ്ടുപേരും കൂടി മന്നൻപുറത്തു കാവിന്റെ നടപ്പാതയിലൂടെ വീട്ടിലേക്ക് നടക്കുമ്പോൾ അവിടെ ചെണ്ടമേളം മുഴങ്ങുന്നുണ്ടായിരുന്നു. വീടിനടുത്ത് തെയ്യം ഉണ്ടെന്നും അവിടേക്ക് പോകണമെന്നും അവൾ പറഞ്ഞു.

വീട്ടിലെത്തി കുളിച്ചു വേഷം മാറി കുട്ടികളെയും കൂട്ടി ഞങ്ങൾ തെയ്യം കാണാൻ പോയി. ക്ഷേത്രത്തിന് സമീപം കലാപരിപാടികൾക്കായി ഒരുക്കിയ സ്റ്റേജിൽ ഒരാദരിക്കൽ ചടങ്ങ് നടക്കുന്നുണ്ടായിരുന്നു. ഡോക്ടറേറ്റ് കിട്ടിയ ഒരു വീട്ടമ്മയെ ആദരിക്കുന്നത് കാണാൻ കഴിഞ്ഞതിൽ വലിയ സന്തോഷം തോന്നി. ജീവിതത്തിൽ ചില കാര്യങ്ങൾ യാദൃച്ഛികമാണ്. അവരുടെ നന്ദിപ്രസംഗം ഹൃദയത്തിൽ സ്പർശിക്കുന്നതായിരുന്നു. അത്തരം ഒരു ബഹുമതി കാണാൻ ഏറ്റവും കൂടുതൽ ആഗ്രഹിച്ച പിതാവിന്റെ വേർപാടിനെക്കുറിച്ചുള്ള അവരുടെ വാക്കുകൾ വേദനിപ്പിച്ചു.

പുലർച്ചെ മാത്രമേ തെയ്യങ്ങൾ തുടങ്ങൂ എന്നതിനാൽ കുറച്ചുസമയം തോറ്റവും കലാപരിപാടികളും കണ്ട് മടങ്ങാമെന്ന് കരുതി. സമയം വൈകിയപ്പോൾ ഭാര്യയെ വിളിച്ചു. പക്ഷേ, അന്നദാനം കഴിച്ചിട്ടേ പോകൂ എന്ന് അവൾ നിർബന്ധിച്ചു. ഞങ്ങൾ അന്നദാന മണ്ഡപത്തിലേക്ക് നടന്നു. വിളമ്പുകാർ തിരക്കിട്ട് ഇലകൾ നീക്കം ചെയ്യുന്നുണ്ടായിരുന്നു. ചില ഇലകളിൽ ചോറും കറികളും ബാക്കിവെച്ചിരിക്കുന്നത് കണ്ടപ്പോൾ സങ്കടം തോന്നി. ഒരു നേരത്തെ ഭക്ഷണം പോലും കഴിക്കാനില്ലാത്ത എത്രയോ മനുഷ്യർ നമുക്ക് ചുറ്റുമുണ്ട്! ആ നിമിഷം ഞാൻ ലോട്ടറി വിൽക്കുന്ന ആ വൃദ്ധനെ വീണ്ടും ഓർത്തു. അദ്ദേഹം എന്തെങ്കിലും കഴിച്ചിട്ടുണ്ടാകുമോ?

നമ്മൾ സ്വന്തം കാര്യം മാത്രം നോക്കി ജീവിക്കുന്നവരാണോ? അതോ മറ്റുള്ളവരുടെ സങ്കടങ്ങൾ കൂടി കാണുന്നവർക്ക് ഈ ലോകത്ത് മുന്നേറാൻ കഴിയില്ല എന്നതാണോ സത്യം?

തോൽവിയിലെ വിജയം

"Ever tried. Ever failed. No matter. Try again. Fail again. Fail better." – സാമുവൽ ബെക്കറ്റിന്റെ ഈ വരികൾ പീറ്റർ ഡിൻക്ലേജിന്റെ

പ്രസംഗത്തിലൂടെ കേട്ടപ്പോൾ, ഉള്ളിലൊരു മിന്നൽപ്പിണർ പാഞ്ഞതുപോലെ തോന്നി. ജീവിതത്തിന്റെ പല ഘട്ടങ്ങളിലും സ്വയം ഒരു തോൽവിയായി തോന്നിയിട്ടുള്ള എനിക്ക് ആ വാക്കുകൾ വലിയൊരു കരുത്തായിരുന്നു. പ്രണയത്തിലായാലും, ജോലിയിലായാലും, ശാരീരികമായ തളർച്ചയിലായാലും തോൽവികൾ എനിക്ക് പുത്തരിയല്ല. 'തോൽക്കാൻ മാത്രം വിധിക്കപ്പെട്ടവൻ' എന്ന് പലപ്പോഴും വിശ്വസിച്ചിട്ടുണ്ട്.

പക്ഷേ, പീറ്റർ ഡിൻക്ലേജിനെപ്പോലെയുള്ളവർ ഒരു അത്ഭുതമാണ്! തന്റെ പരിമിതികളെ അദ്ദേഹം ലോകത്തിന് മുന്നിൽ ഒരു കരുത്താക്കി മാറ്റി. അദ്ദേഹത്തിന്റെ ആ ഗാംഭീര്യമുള്ള ശബ്ദവും അഭിനയവും കാണാനായി മാത്രം ഞാൻ 'ഗെയിം ഓഫ് ത്രോൺസ്' കാണാൻ തുടങ്ങി. തിരക്കുകൾക്കിടയിൽ ഇനിയും അത് പൂർത്തിയാക്കാൻ കഴിഞ്ഞിട്ടില്ലെങ്കിലും, എന്നെങ്കിലുമൊരിക്കൽ ഞാനത് കണ്ടുതീർക്കും.

തോൽവികൾ ഒരു അവസാനമല്ല എന്ന് ഞാൻ ഇപ്പോൾ തിരിച്ചറിയുന്നു. ഓരോ തവണ പരാജയപ്പെടുമ്പോഴും നമ്മൾ പഴയതിനേക്കാൾ കുറച്ചുകൂടി മെച്ചപ്പെട്ട രീതിയിലാണ് തോൽക്കുന്നത്. ആ തോൽവികളിൽ നിന്നാണ് ഞാൻ എന്റെ വരികൾ കണ്ടെത്തുന്നത്. ഒരു സാധാരണ കണ്ടക്ടറുടെ യൂണിഫോമിനുള്ളിൽ ഇരിക്കുമ്പോഴും, എന്റെ ഈ പരാജയങ്ങളുടെ കഥകൾ മറ്റൊരാൾക്ക് ആശ്വാസമാകുന്നുണ്ടെങ്കിൽ—ഞാൻ എവിടെയോ ജയിച്ചു തുടങ്ങിയിരിക്കുന്നു.

കല്യാണം കഴിഞ്ഞ് ഭാര്യയും രണ്ടു കുട്ടികളുമായി പുതിയ സ്വന്തം വീട്ടിൽ, സ്വന്തം കാറിൽ വന്നിറങ്ങുമ്പോൾ എല്ലാം നേടിയ ഒരു രാജാവിനെപ്പോലെ ആയിരുന്നു ഞാൻ. എന്നെ പുച്ഛിച്ചവർക്കും അവഗണിച്ചവർക്കും ഒരു മറുപടി കൊടുക്കാൻ സാധിച്ചതിൽ ഞാൻ സന്തോഷിച്ചു. പക്ഷേ, ആ സന്തോഷത്തിന് ആയുസ്സ് കുറവായിരുന്നു.

എന്റെ ചില തെറ്റായ തീരുമാനങ്ങൾ എന്നെ വലിയൊരു കടക്കെണിയിലാക്കി. ഞാൻ നല്ലത് വിചാരിച്ചു ചെയ്ത കാര്യങ്ങൾ വിപരീത ഫലം തന്നപ്പോൾ തകർന്നുപോയി. വീണ്ടും ഞാൻ മറ്റുള്ളവരുടെ കളിയാക്കലുകൾക്ക് പാത്രമാകും എന്ന തിരിച്ചറിവ് എന്നെ വല്ലാതെ വേദനിപ്പിച്ചു.

കുറച്ചു കടം തീർക്കാനായി മോഹിച്ചു വാങ്ങിയ കാർ വിറ്റു. പിന്നെ ജീവിതമാർഗമായിരുന്ന കേബിൾ ബിസിനസ്സ് നഷ്ടത്തിന് കൊടുത്തു; എന്നിട്ടും കടം തീർന്നിരുന്നില്ല. കല്യാണം കഴിഞ്ഞ് വരുമ്പോൾ എന്റെ ഭാര്യ അണിഞ്ഞു വന്ന ആഭരണങ്ങൾ ബാങ്കുകാർ ലേലത്തിൽ വെച്ച് എന്റെ കടം തീർത്തു. ഉണ്ടായിരുന്ന സ്വർണ്ണം നഷ്ടപ്പെട്ടു, ജീവിതമാർഗം ഒന്നുമില്ല... മാസം വീടിന്റെ വായ്പ തിരിച്ചടവ്, കുടുംബത്തിന്റെ ഭക്ഷണം—ഇതിനൊക്കെ ഞാൻ എന്ത് ചെയ്യും? ഭാര്യ അപ്പോൾ ഒരു ചെറിയ ജോലിക്ക് പോകാൻ തുടങ്ങി. എനിക്കും ഇപ്പോൾ ഞാൻ ചെയ്യുന്ന ജോലി കിട്ടും എന്ന പ്രതീക്ഷയുണ്ടായിരുന്നു, പക്ഷേ ആ ജോലി എപ്പോൾ കിട്ടുമെന്ന് അറിയില്ലായിരുന്നു.

അപ്പോഴാണ് എന്റെ ഒരു ബന്ധു എന്നെ സഹായിച്ചത്; ബാംഗ്ലൂരിൽ ഒരു സ്റ്റുഡിയോയിൽ അസിസ്റ്റന്റ് ആയി ഒരു ജോലി. പിന്നെ അവിടെ ബാംഗ്ലൂർ ഉള്ള ഒരാളുടെ പരിചയക്കാരന്റെ വിദേശത്തുള്ള സ്ഥാപനത്തിൽ ഒരു ജോലി—അങ്ങനെ ഞാൻ വീണ്ടും ബാംഗ്ലൂരിലെത്തി. വീട്ടിലെ കാര്യം ആലോചിച്ചാൽ സങ്കടം വരും. സ്റ്റുഡിയോയിൽ എനിക്ക് 4000 രൂപയായിരുന്നു കൂലി. എന്റെ ബന്ധുവിന്റെ കൂടെയായിരുന്നു താമസവും ഭക്ഷണവും എന്നതുകൊണ്ട് എനിക്ക് ആ 4000 രൂപ ബാക്കി വെക്കാൻ കഴിഞ്ഞു. പക്ഷേ, അതുകൊണ്ട് മാത്രം കാര്യമുണ്ടായിരുന്നില്ലല്ലോ? ബന്ധുവിന്റെ പലചരക്ക് കടയിൽ രാത്രി ഞാൻ ഒരു സഹായിയായി നിൽക്കും.

വിദേശത്തേക്കുള്ള ജോലിയും പ്രതീക്ഷിച്ചു നിന്ന എനിക്ക് ആ ജോലി കിട്ടിയില്ല. അയാൾ മിക്കവാറും ദിവസങ്ങളിലും ഷോപ്പിൽ വരും, അപ്പോഴൊക്കെ എനിക്ക് പ്രതീക്ഷ തരും; പക്ഷേ ഒന്നും നടന്നില്ല. എല്ലാം നഷ്ടപ്പെട്ടവനെപ്പോലെ ഭാര്യയോട് എന്നും വെറുതെ വഴക്ക് കൂടും. എല്ലാം എന്റെ തെറ്റാണ്, പക്ഷേ നമ്മുടെ കുടുംബം നല്ല രീതിയിൽ പോകാൻ വേണ്ടി ഞാൻ ചെയ്തതാണ്. വിദേശത്തുള്ള ജോലി കിട്ടുമെന്ന പ്രതീക്ഷ പോയതോടെ വീണ്ടും എന്നെ ബാംഗ്ലൂർ ചതിച്ചല്ലോ എന്ന് ഞാൻ ചിന്തിച്ചു. സ്റ്റുഡിയോയിലെ ജീവിതം കുഴപ്പമില്ലെങ്കിലും, ഒരു ചെറിയ ടൗണിലെ കടയായതിനാൽ വല്ലപ്പോഴും വരുന്ന ആൾക്കാർ കാരണം എനിക്ക് അവിടെ മടുപ്പായി തുടങ്ങിയിരുന്നു. അതുകൂടാതെ കടയുടമ കൂലി തരുന്നതിലും പിശുക്ക് കാണിച്ചിരുന്നു. പിന്നെ ഞാൻ അവിടെ നിന്നില്ല. നാട്ടിൽ എനിക്ക് ജോലി ശരിയായി എന്നും പറഞ്ഞു ബാംഗ്ലൂർ ജീവിതം വീണ്ടും ഞാൻ മതിയാക്കി.

നാട്ടിലെത്തിയപ്പോൾ നാട്ടുകാരുടെ ചോദ്യങ്ങളിൽ നിന്നും ഒഴിഞ്ഞുമാറി നടന്നു. അപ്പോഴാണ് നാട്ടിലെ അമ്പലത്തിൽ ഉത്സവം നടക്കുന്നത്. കമ്മിറ്റി കൂടിയപ്പോൾ എല്ലാവരും കൂടി എന്നെ അതിന്റെ സെക്രട്ടറി ആക്കി. ദൈവത്തിന്റെ കാര്യമല്ലേ, എന്നാൽ കഴിയുന്ന രീതിയിൽ ഭംഗിയായി അത് നടത്താൻ എനിക്ക് സാധിച്ചു. സെക്രട്ടറി ആയി ഒരിടത്ത് ഇരിക്കാതെ അന്നദാന പന്തലിലും തെയ്യം നടക്കുന്ന സ്ഥലത്തും കലാപരിപാടി നടക്കുന്നിടത്തും ഓടി നടന്നു. ഉത്സവം കഴിഞ്ഞ് കുറച്ചു നാളുകൾക്ക് ശേഷം എന്റെ ജോലിക്കുള്ള അപ്പോയിന്റ്മെന്റ് ഓർഡർ വന്നപ്പോൾ ഞാൻ സന്തോഷിച്ചു. ദൈവമാണോ അതോ എന്നെ താങ്ങി നിർത്തിയ എന്റെ ഭാര്യയും കുടുംബവുമാണോ അതിന് കാരണം? അറിയില്ല.

പുതിയ സ്ഥലത്തെ ജീവിതം

ഇൻസ്റ്റാഗ്രാമിൽ വിഡിയോയിൽ മുഴുകി ഇരിക്കുമ്പോഴാണ് അനിയന്റെ ഫോൺ വന്നത്. അവൻ 'ചെറുവത്തൂർ കഴിഞ്ഞു' എന്ന് പറഞ്ഞു. ഞാൻ പെട്ടെന്ന് ഡ്രസ്സ് മാറി സ്റ്റാൻഡിലേക്ക് നടന്നു. കുറച്ചു കഴിയുമ്പോൾ അവൻ കയറിയ ബസ് നീലേശ്വരം സ്റ്റാൻഡിൽ എത്തി. ഞാൻ ആ ബസിൽ കയറി. സാമാന്യം തിരക്കുണ്ടായിരുന്നു; സാരമില്ല, കാഞ്ഞങ്ങാട് എത്തുമ്പോൾ സീറ്റ് കിട്ടുമല്ലോ എന്ന് ആശ്വസിച്ച്, ഒരു കണ്ടക്ടർ എന്ന നിലയിൽ കമ്പിയിൽ ചാരി നിന്നു. മുകളിലെ കമ്പി പിടിക്കാൻ ലേശം വിഷമമുണ്ടല്ലോ! ആ വേദന സഹിച്ചല്ലേ ഞാൻ ഇപ്പോൾ എന്റെ ജോലി ചെയ്യുന്നത്?

കാഞ്ഞങ്ങാട് എത്തിയപ്പോൾ എനിക്ക് സീറ്റ് കിട്ടി. പുറത്തെ കാഴ്ചകൾ കണ്ട് കൊണ്ട് യാത്ര തുടർന്നു. എത്ര കണ്ടാലും ബസിൽ കയറി ഒരു യാത്രക്കാരനായി ഇരിക്കുമ്പോൾ പുറംകാഴ്ചകൾ കാണുന്നത് ഒരു സന്തോഷമാണ്. ചെറുപ്പത്തിൽ അപൂർവമായി മാത്രമേ ബസിൽ കയറാറുണ്ടായിരുന്നുള്ളൂ; അന്നു തുടങ്ങിയ ഒരു ശീലമല്ലേ ഇത്? റെയിൽ പാതയുടെയും കടലിന്റെയും സമാന്തരമായി പോകുന്ന ചന്ദ്രഗിരി റൂട്ടിലൂടെയുള്ള യാത്ര എന്നെ ഒരു ചെറിയ കുട്ടിയാക്കി. ആദ്യമായി ട്രെയിനും കടലും കാണുന്ന ഒരു നിഷ്കളങ്ക ബാലന്റെ കൗകതുകത്തോടെ ഞാൻ അത് നോക്കിയിരുന്നു. മണിരത്നം പ്രശസ്തമാക്കിയ ബേക്കൽ കോട്ടയ്ക്ക് സമീപമെത്തിയപ്പോൾ, പെട്ടെന്ന് അരവിന്ദ് സ്വാമിയും മനീഷ കൊയ്രാളയും മനസ്സിൽ ഓടിയെത്തി.

തൃക്കണ്ണാട് അമ്പലത്തിന്റെ സമീപം ബസ് നിർത്തിയപ്പോൾ, അടുത്തിടെ മരിച്ച എന്റെ വലിയമ്മയുടെ ചടങ്ങുകൾക്ക് വന്നത് ഓർമ്മയിലെത്തി. എന്റെ അമ്മയുടെ തൊട്ട് മൂത്ത ചേച്ചിയായിരുന്നു അവർ. പക്ഷെ നമ്മൾ ആ അമ്മയെ 'ചേച്ചി' എന്നായിരുന്നു

വിളിച്ചിരുന്നത്. മൂത്ത മകൻ നേരത്തെ മരിച്ച അവർ, ആ സങ്കടം മനസ്സിൽ ഒതുക്കിയല്ലേ ജീവിച്ചത് എന്ന് തോന്നിയിട്ടുണ്ട്. 'മരിച്ചവർ ഭാഗ്യവാന്മാർ' എന്ന് ചിലപ്പോൾ തോന്നാറുണ്ട്. സ്വന്തം കാര്യം മാത്രം നോക്കി ജീവിക്കുന്ന ആൾക്കാരുടെ ഇടയിൽ, ചിലപ്പോൾ അവർ മറ്റുള്ളവർക്ക് ഒരു ബാധ്യതയാകാതെ പോയല്ലോ.

കേരളത്തിന്റെയും കർണാടകത്തിന്റെയും സംസ്കാരം സമ്മേളിക്കുന്ന കാസർഗോഡ് പട്ടണത്തിൽ ബസ് എത്തി. ഞാനും അനിയനും കൂടി നേരെ എന്റെ പുതിയ ജോലി സ്ഥലത്തേക്ക് പോയി. അവൻ നേരത്തെ തന്നെ അവിടെയാണല്ലോ ഉള്ളത്. ജോയിൻ ചെയ്യാനുള്ള കാര്യങ്ങളെല്ലാം ചെയ്തു; അടുത്ത ദിവസം ജോലിക്ക് ഹാജരാകാനുള്ള നിർദ്ദേശവും എനിക്ക് കിട്ടി.

ഞാൻ ആ ബഹുനില കെട്ടിടത്തിന്റെ പടിക്കെട്ടുകൾ ഇറങ്ങി താഴെയുള്ള ഒരു ബെഞ്ചിൽ പോയിരുന്നു. പെട്ടെന്ന് വീട്ടിൽ പോയിട്ട് കാര്യമില്ല, അവിടെ ആരുമില്ല. കുട്ടികൾ രണ്ടുപേരും സ്കൂളിൽ പോയിട്ടാണുള്ളത്. ഭാര്യ അവളുടെ ജോലിസ്ഥലമായ സ്കൂളിലും. വൈകുന്നേരമാകുമ്പോഴേ അവർ മൂന്നുപേരും എത്തുകയുള്ളൂ.

റോട്ടറി ക്ലബ് സംഭാവന ചെയ്ത ബെഞ്ചിലിരുന്ന് കെ.എസ്.എഫ്.ഇ-യുടെ പരസ്യവും കേട്ടിരിക്കുമ്പോൾ, അപ്പുറത്ത് നിൽക്കുന്ന ഒരു കുടുംബത്തെ ശ്രദ്ധിച്ചു. മകന്റെ കൈ മുറുകെ പിടിച്ചു നിൽക്കുന്ന ഒരു അച്ഛൻ. ആ അച്ഛന്റെ മുഖത്ത് എന്തോ സങ്കടമുള്ളതുപോലെ തോന്നി.

പെട്ടെന്ന് ഞാൻ ആ കുട്ടിയെ ശ്രദ്ധിച്ചു. കുറച്ചു ദിവസങ്ങൾക്ക് മുൻപ് ചില്ലറയ്ക്ക് വേണ്ടി ബസിൽ വെച്ച് കുഴപ്പമുണ്ടാക്കിയ കുട്ടിയല്ലേ അത്? അന്ന് ആ കുട്ടിയോട് ഞാൻ കുറച്ച് മോശമായല്ലേ പെരുമാറിയത് എന്ന് എനിക്ക് തോന്നിയിരുന്നു. അന്നെന്റെ 'ഈഗോ' കാരണമല്ലേ ഞാൻ ആ കുട്ടിയോട് ദേഷ്യപ്പെട്ടത്? അന്ന് ആ മുഖത്ത് കണ്ട ആത്മവിശ്വാസം ഇപ്പോൾ ആ കുട്ടിയിൽ കണ്ടില്ല.

ഞാൻ അവരുടെ അടുത്തേക്ക് പോയി ആ കുട്ടിയോട് "എന്നെ ഓർമയുണ്ടോ?" എന്ന് ചോദിച്ചു. ഓർമയുണ്ട് എന്ന രീതിയിൽ അവൻ തലയാട്ടി. അവന്റെ അച്ഛനോട് ചോദിച്ചപ്പോൾ, മംഗലാപുരത്തുള്ള ആശുപത്രിയിലേക്ക് പോകാൻ ബസ് കാത്തുനിൽക്കുകയാണെന്ന് മറുപടി കിട്ടി. അവന്റെ അമ്മ മകന് കഴിക്കാൻ എന്തോ പലഹാരം വാങ്ങാൻ അടുത്തുള്ള ചായക്കടയിൽ പോയിരിക്കുകയാണ്.

എന്നെ ആ അച്ഛന് പരിചയപ്പെടുത്തി, മുൻപ് നടന്ന സംഭവം പറഞ്ഞു. "ഓ പോട്ടെ സാരമില്ല, അതൊക്കെ സാധാരണമല്ലേ" എന്ന് ആ അച്ഛൻ പറഞ്ഞപ്പോൾ ഒരു സമാധാനം എന്റെ മനസ്സിൽ അലയടിച്ചു. ഹൃദയത്തിന് തകരാറുള്ളതിനാൽ നല്ല ചികിത്സയ്ക്ക് വേണ്ടി മംഗലാപുരത്തെ ഒരു പ്രശസ്തമായ ആശുപത്രിയിലേക്ക് പോകുകയാണ് അവർ. അടുത്ത ദിവസം ഒരു ചെറിയ ഓപ്പറേഷൻ ഉണ്ടെന്നും, അതിനുള്ള മുഴുവൻ പണവും കയ്യിലില്ലെന്നും അവരുടെ സംസാരത്തിൽ നിന്ന് എനിക്ക് മനസ്സിലായി. അവരെ സഹായിക്കാനുള്ള സാമ്പത്തിക സ്ഥിതിയിലല്ല ഞാൻ; അത് മാത്രമല്ല, പെട്ടെന്ന് കണ്ട ഒരാളോട് പണം വാങ്ങാൻ ഏതൊരു അച്ഛനും മടിക്കുകയും ചെയ്യും. മറ്റൊരാളുടെ വിഷമമായാൽ പോലും എനിക്ക് സഹിക്കാൻ കഴിയില്ല. പക്ഷെ ഇവിടെ എനിക്ക് ഒന്നും ചെയ്യാനില്ല—ദൈവത്തോട് പ്രാർത്ഥിക്കുകയല്ലാതെ.

കുറച്ചു കഴിഞ്ഞപ്പോൾ അവന് ഇഷ്ടമുള്ള പലഹാരവുമായി അവന്റെ അമ്മ എത്തി. "വീണ്ടും കാണാം" എന്നും, "അന്ന് എന്നോട് എന്തെങ്കിലും ദേഷ്യത്തോടെ സംസാരിക്കണം" എന്നും ഞാൻ ആ കുട്ടിയോട് പറഞ്ഞു. അപ്പോൾ ആ കുട്ടിയുടെ കണ്ണിൽ സങ്കടമല്ല ഞാൻ കണ്ടത്. പക്ഷെ അവന്റെ അമ്മയും അച്ഛനും കണ്ണ് തുടച്ചുകൊണ്ട് അടുത്ത് കണ്ട ബസിൽ കയറി. ഞാൻ അവരെ ഇനി കാണുമോ എന്നറിയില്ല; പക്ഷെ ആ കുട്ടിക്ക് ഒന്നും വരുത്തല്ലേ എന്ന്

ദൈവത്തോട് പ്രാർത്ഥിച്ചുകൊണ്ട് എനിക്ക് കയറേണ്ട ബസും കാത്ത് ഞാൻ അവിടെ ഇരുന്നു.

അധ്വാനത്തിന്റെ മധുരം

എന്റെ ഇപ്പോഴുള്ള ജോലിക്ക് കയറുന്നതിനു മുൻപ് ഞാൻ ഒരു കേബിൾ ഓപ്പറേറ്റർ ആയിരുന്നു. പി.ജി കഴിഞ്ഞ് നിൽക്കുമ്പോഴായിരുന്നു എന്റെ ഒരു ബന്ധുവിന്റെ നിർദേശപ്രകാരം ഞാൻ അതിലേക്ക് കടന്നത്. അതിനുവേണ്ട കാശൊക്കെ ആ ബന്ധു തന്നെ ഒരു ബാങ്കിൽ നിന്നും വായ്പയായി ശരിയാക്കി തന്നിരുന്നു. എന്റെ പ്രദേശത്ത് അപ്പോൾ വേറെ കേബിൾ ഓപ്പറേറ്റർമാർ ഇല്ലാത്തതിനാൽ സാവധാനം നല്ല രീതിയിലേക്ക് അത് കൊണ്ടുപോകാൻ കഴിഞ്ഞു.

പക്ഷെ, ഞാൻ പഠിച്ചതും ഇപ്പോൾ ചെയ്യുന്നതും തമ്മിൽ ഒരു ബന്ധവുമില്ലാത്തതിനാൽ എന്റെ ചില പഴയ സഹപാഠികൾ അതിനെ എന്തോ മോശം പോലെയാണ് കണ്ടത്. "ഒരു അധ്യാപകന്റെ മകൻ, കൂടാതെ പഠിക്കാൻ നല്ല മിടുക്കൻ; എന്നിട്ടും ഇങ്ങനെയുള്ള ജോലിയോ?" എന്നൊരു പുച്ഛം കലർന്ന ചോദ്യമായിരുന്നു അവർക്ക്. ചിലപ്പോൾ ഞാൻ ഒരു വലിയ നിലയിൽ എത്തും എന്ന് അവർ പ്രതീക്ഷിച്ചിട്ടുണ്ടാകാം; അങ്ങനെയൊന്നും ആകാത്തതിലുള്ള പരിഭവം ആയിരിക്കാം അവരെ അങ്ങനെ ചിന്തിപ്പിച്ചത്. ഏതായാലും എല്ലാ ജോലിക്കും അതിന്റേതായ മാന്യതയുണ്ടെന്ന് വിശ്വസിക്കുന്ന ആളാണ് ഞാൻ. എന്നെക്കൊണ്ട് ചെയ്യാൻ പറ്റുന്ന ഏതു ജോലിയും ചെയ്യാൻ എനിക്ക് ഒരു മടിയുമില്ല. ഒരു കേബിൾ ഓപ്പറേറ്റർ എന്ന നിലയിൽ ചിലപ്പോഴൊക്കെ ഇലക്ട്രിസിറ്റി പോസ്റ്റിന്റെയും വലിയ മരത്തിന്റെയും മുകളിൽ ഞാൻ കയറിയിട്ടുണ്ട്; അതിലൊന്നും എനിക്ക് ഒരു വിഷമവും സങ്കടവും തോന്നിയിരുന്നില്ല.

അങ്ങനെയിരിക്കുമ്പോഴാണ് ഒരു ദിവസം ഞാൻ എന്തോ ആവശ്യത്തിന് അടുത്തുള്ള ഒരു ചെറിയ പട്ടണത്തിലേക്ക് പോയത്. അവിടെ ഒരു തുണിക്കടയിൽ വെച്ചാണ് ഞാൻ അവളെ ആദ്യമായി കണ്ടത്. പിന്നെ ഇടക്കിടക്ക് ഞാൻ ആ ഷോപ്പിൽ വെറുതെ പോകും. അങ്ങനെ ഒരു ദിവസം അവളുടെ നമ്പർ വാങ്ങി ഞാൻ അവളെ വിളിക്കാൻ തുടങ്ങി. എന്റെ ജീവിതത്തിലേക്ക് ആദ്യമായി കടന്നുവന്ന പെൺകുട്ടിയായിരുന്നു അവൾ. സാമ്പത്തികമായി കുറച്ച് പിന്നോട്ട് നിൽക്കുന്ന ഒരു കുടുംബത്തിലെ മൂന്നാമത്തെ കുട്ടിയായിരുന്നു അവൾ. ഞാൻ എന്റെ ആഗ്രഹം അറിയിച്ചപ്പോൾ അവൾക്കും സമ്മതമായിരുന്നു.

അങ്ങനെ ആ ബന്ധം നല്ല രീതിയിൽ പോകുമ്പോൾ എന്റെ വീട്ടുകാർ ഇതിനെക്കുറിച്ച് അറിഞ്ഞു. അവർ ഇടപെട്ട് ആ ബന്ധത്തിൽ നിന്നും എന്നെ ഒഴിവാക്കി. എന്താണ് അതിന് കാരണമെന്ന് ഇപ്പോഴും എനിക്കറിയില്ല. ഒരു ഓണക്കാലമായിരുന്നു അത്. അടുത്ത ദിവസം അവൾക്ക് ഒരു ഓണക്കോടി വാങ്ങി നൽകാൻ ഇരിക്കുമ്പോഴായിരുന്നു വീട്ടുകാരുടെ ഇടപെടൽ. എന്തായാലും നല്ല രീതിയിൽ മുന്നോട്ടു പോകാൻ സാധിക്കില്ല എന്ന് മനസ്സിലാക്കിയ ഞാൻ, വെറുമൊരു ഭീരുവിനെപ്പോലെ അവളെ ഒഴിവാക്കി.

പിന്നെ കുറച്ചു നാളുകൾക്ക് ശേഷം അവളുടെ ഒരു കൂട്ടുകാരി എന്നെ വിളിച്ചു. "എന്തിനാണ് ഞാൻ ആ പാവത്തിനെ പറ്റിച്ചത്?" എന്ന് ചോദിച്ചപ്പോൾ എനിക്ക് മറുപടി ഉണ്ടായിരുന്നില്ല. എനിക്ക് വേണമെങ്കിൽ അവളെ എന്റെ കൂടെ കൂട്ടാമായിരുന്നു; കൂടെ നിൽക്കാൻ കുറച്ച് സുഹൃത്തുക്കളും ഉണ്ടായിരുന്നു. പക്ഷെ, എന്റെ സ്വതസിദ്ധമായ ഏകാന്തതയും അത് എനിക്ക് തന്ന ഭയവും എന്നെ അതിൽ നിന്നും പിന്തിരിപ്പിച്ചു.

പിന്നെ എനിക്ക് നാട്ടിൽ നിൽക്കാൻ താല്പര്യമില്ലാതായി. ഇപ്പോഴും എനിക്ക് അഭയം തരുന്ന കോഴിക്കോട് പട്ടണത്തിലേക്ക് ഞാൻ പോയി. അവിടെ വെച്ച് ഞാൻ ഉണ്ടാക്കിയ പുതിയ സൗഹൃദവലയം എന്നെ കുറേശ്ശെ അവളുടെ ഓർമ്മകളിൽ നിന്നും അകറ്റി.
അങ്ങനെയിരിക്കെ ഒരു ദിവസം അവൾ എന്നെ വിളിച്ചു; അവളുടെ കല്യാണം പറയാനായിരുന്നു അത്. അത് എനിക്ക് ഏറ്റവും സന്തോഷമുള്ള വാർത്തയായിരുന്നു. അന്ന് നമ്മൾ മണിക്കൂറുകളോളം സംസാരിച്ചു. അവൾക്ക് നല്ലൊരു ജീവിതം ആശംസിച്ചു.

പിന്നീട് വർഷങ്ങൾക്ക് ശേഷം ഞാൻ എന്റെ പുതിയ ജോലിയിൽ കയറി. അതിനിടയിൽ എന്റെ വിവാഹം കഴിഞ്ഞു. കുട്ടികളും കുടുംബവുമായി കഴിയുമ്പോൾ കഴിവതും അവളെക്കുറിച്ച് ഓർമ്മിക്കാതിരിക്കാൻ ഞാൻ ശ്രമിച്ചിരുന്നു. എന്റെ ഭാര്യയോട് ഞാൻ അവളെക്കുറിച്ച് വിശദമായി പറഞ്ഞിട്ടുണ്ടായിരുന്നു; ചിലപ്പോഴൊക്കെ അതും പറഞ്ഞ് അവൾ എന്നോട് പിണങ്ങുമായിരുന്നു.

ഒരു ദിവസം എന്റെ ഡ്യൂട്ടിക്കിടയിൽ, ഭാര്യയും ഭർത്താവും എന്ന് തോന്നിക്കുന്ന രണ്ടുപേർ കയറി. ടിക്കറ്റ് കൊടുക്കാൻ നേരത്താണ് ഞാൻ അവരെ ശ്രദ്ധിച്ചത്. അത് അവളായിരുന്നു! പക്ഷെ ഞാൻ അത് ഭാവിക്കാൻ പോയില്ല. അവൾക്കും എന്നെ മനസ്സിലായി, പക്ഷെ നമ്മൾ ഒന്നും സംസാരിച്ചില്ല. അല്ലെങ്കിലും ഞാൻ എന്റെ ജീവിതത്തിൽ നിന്നും പറിച്ചെറിഞ്ഞ ഒരാളല്ലേ അത്!

മകളോടൊപ്പം

രാവിലെ മകളുടെ ബഹളം കേട്ടാണ് ഉണർന്നത്. അവൾക്ക് രാവിലെയുള്ള ട്രെയിനിന് തൃശൂർ പോകാനുള്ളതാണ്. സംസ്ഥാന കലോത്സവത്തിൽ മൂകാഭിനയത്തിൽ പങ്കെടുക്കാനാണ് യാത്ര. സാധനങ്ങൾ തലേന്നുതന്നെ ബാഗിൽ വെച്ചിരുന്നുവെങ്കിലും, എന്തോ

ഒരു സാധനം അതിൽ ഉണ്ടായിരുന്നില്ല. അതിനെക്കുറിച്ചുള്ള ബഹളമായിരുന്നു കേട്ടത്.

ഞാൻ എഴുന്നേറ്റുവന്ന് അവളെ റെയിൽവേ സ്റ്റേഷനിൽ കൊണ്ടുചെന്നാക്കണം. ഡ്രസ്സ് മാറി അവളെയും കൂട്ടി വണ്ടി സ്റ്റാർട്ട് ചെയ്തപ്പോൾ അവൾ പറഞ്ഞു: "എനിക്ക് പ്രാർത്ഥിക്കണം." പോകുന്ന വഴിക്ക് അതിനുള്ള അവസരം നൽകാം എന്ന് പറഞ്ഞ് വണ്ടി മുന്നോട്ടെടുത്തു. റെയിൽവേ അടിപ്പാലത്തിനു സമീപം വണ്ടി ഒതുക്കി വെച്ച്, മകളെയും കൂട്ടി നേരെ അമ്പലത്തിലേക്ക് ചെന്നു. അവൾ ശ്രീകോവിലിനു മുൻപിൽ പ്രാർത്ഥനാ നിരതയായി കുറച്ചു സമയം നിന്നു. "ട്രെയിൻ ഇപ്പോൾ എത്തും" എന്ന് പറഞ്ഞ് അവളുടെ പ്രാർത്ഥനയ്ക്ക് ഭംഗം വരുത്താൻ ശ്രമിച്ചെങ്കിലും നടന്നില്ല. കുറച്ചു സമയത്തെ പ്രാർത്ഥനയ്ക്കു ശേഷം അവൾ എന്റെ കയ്യും പിടിച്ച്, കാവിനു സമാനമായ ആ നടവഴിയിലൂടെ റെയിൽവേ സ്റ്റേഷനിലേക്ക് നടന്നു. പതിനാറു വയസ്സ് കഴിഞ്ഞെങ്കിലും അവൾ എനിക്കിപ്പോഴും ചെറിയ കുട്ടിയാണ്.

സ്റ്റേഷനിൽ എത്തി കൂടെ പോകുന്ന കുട്ടികളെ വിളിച്ചപ്പോൾ അവർ കുറച്ചു മുന്നിലായി ട്രെയിൻ കാത്തിരിക്കുന്നുണ്ടായിരുന്നു. ഞാനും മകളും നേരേ അവരുടെ അടുത്തേക്ക് പോയി. കുറച്ചു കഴിഞ്ഞപ്പോൾ ട്രെയിൻ വന്നു; മകൾ അതിൽ കയറി. അടുത്ത ദിവസം തൃശൂർക്ക് വരണമെന്ന് എന്നെ ഓർമ്മിപ്പിച്ചു കൊണ്ട് അവൾ പോയി.

അടുത്ത ദിവസം രാവിലെ ഞാനും രണ്ടാമത്തെ മകളും ഭാര്യയും കൂടി, മകൾ ഇന്നലെ പോയ അതേ ട്രെയിനിന് തൃശൂർക്ക് പുറപ്പെട്ടു. ഒരു ജനറൽ കമ്പാർട്ട്മെന്റിലാണ് നമ്മൾ കയറിയത്. നല്ല തിരക്ക്! "സാരമില്ല, കുറച്ചു കഴിയുമ്പോൾ സീറ്റ് കിട്ടും" എന്ന് മനസ്സ് പറഞ്ഞു. ഇയർ ഫോൺ ചെവിയിൽ തിരുകി ഇഷ്ടമുള്ള പാട്ടിലേക്ക് ഞാൻ മുഴുകി. കുറച്ചു ദൂരം ചെന്നപ്പോൾ ഒരു ചെറിയ കുട്ടി പാട്ടുമായി

വരുന്നത് കണ്ട് ഞാൻ ഇയർ ഫോൺ മാറ്റി ആ കുട്ടിയുടെ പാട്ട് ശ്രദ്ധിച്ചു. സാധാരണ ട്രെയിനിൽ പോകുമ്പോൾ കേൾക്കാറുള്ള പാട്ടല്ല ഇതെന്ന് ഞാൻ ഓർമ്മിച്ചു. പത്തിരുപത് കൊല്ലം മുൻപ് യുവാക്കളെ ഹരം കൊള്ളിച്ച 'ധൂം' എന്ന സിനിമയിലെ പാട്ടാണ് അവൻ പാടിയത്. പെട്ടെന്ന് ഞാൻ ആ കാലത്തേക്ക് പോയി...

അമ്മയുടെ നിർബന്ധപ്രകാരമാണ് ഞാൻ 'ലിഫ്റ്റ് ടെക്നോളജി' എന്ന കോഴ്സിന് ചേർന്നത്. ബഹുനില കെട്ടിടങ്ങൾ ധാരാളം വരുന്നത് കൊണ്ട് വിദേശങ്ങളിൽ നല്ല ജോലി സാധ്യതയുണ്ടെന്ന് കേട്ടപ്പോൾ ഞാൻ അതിനു സമ്മതം മൂളി. അങ്ങനെ 5 മാസത്തെ ക്ലാസും, 10 ദിവസത്തെ എറണാകുളത്ത് വെച്ചുണ്ടായ ട്രെയിനിങ്ങും കഴിഞ്ഞ് ഞാൻ വീട്ടിൽ തിരിച്ചെത്തി. വരുമ്പോൾ 'ധൂം' സിനിമയിൽ ഉപയോഗിച്ചിരുന്ന ഒരു ടീ ഷർട്ടും വാങ്ങിയാണ് ഞാൻ വന്നത്. അടുത്ത ദിവസം ബാംഗ്ലൂരിന് പോകണമെന്ന നിർദ്ദേശവുമായി എനിക്ക് ഒരു ഫോൺ വന്നപ്പോൾ ഞാൻ ശരിക്കും അന്തംവിട്ടു പോയി. എന്നെ പലതവണ ആകർഷിച്ച ഒരു സ്ഥലമല്ലേ അത്!

പാലക്കാട് നിന്നും ട്രെയിനിൽ കയറാനായിരുന്നു നിർദ്ദേശം. കോട്ടയത്ത് നിന്നുള്ള രണ്ടുപേർ കൂടിയുണ്ട്; അവരുടെ കൂടെ ഞാൻ പാലക്കാട് നിന്നും വൈകുന്നേരം ട്രെയിനിൽ കയറി. ബാംഗ്ലൂർ കന്റോൺമെന്റ് സ്റ്റേഷനിൽ ട്രെയിൻ ഇറങ്ങി. അവിടെ അപ്പോൾ നമ്മളെയും കാത്ത് തമിഴ് നടൻ രാധാരാവിയെ അനുസ്മരിപ്പിക്കുന്ന ഒരാൾ വന്നിരുന്നു. അയാൾ സ്വയം പരിചയപ്പെടുത്തി—പേര് കുട്ടി സാർ. അയാൾ 'ഓട്ടിസ്' കമ്പനിയുടെ ഒരു കോൺട്രാക്ടറാണ്. അയാളുടെ കൂടെ നമ്മുടെ താമസസ്ഥലമായ യെലഹങ്കയിലേക്ക് നമ്മൾ യാത്രയായി. ഒരു ചെറിയ മുറിയും അടുക്കളയും ചേർന്ന ഒരു സ്ഥലമായിരുന്നു നമുക്ക് താമസിക്കാൻ കുട്ടി സാർ കണ്ടെത്തിയത്.

നമ്മൾ മൂന്നുപേരെ കൂടാതെ വേറെ രണ്ടുപേർ കൂടി അവിടെ ഉണ്ടായിരുന്നു.

അടുത്തുള്ള ഒരു പലചരക്ക് പീടികയിൽ നമ്മളെ കൊണ്ടുപോയി പരിചയപ്പെടുത്തി. കടയുടമ ഒരു മലയാളിയായിരുന്നു. എനിക്ക് എന്തോ ആ ജോലി അത്ര ഇഷ്ടപ്പെട്ടില്ല. പക്ഷെ എന്ത് കാര്യവും കുട്ടി സാർ എന്നോടായിരുന്നു പറഞ്ഞിരുന്നത്. ആ ചെറിയ റൂമിൽ നമ്മൾ അഞ്ചുപേരും ഒതുങ്ങിക്കൂടി താമസിച്ചു; പരാതിയൊന്നും പറയാതെ ഉള്ള സൗകര്യത്തിൽ നമ്മൾ കഴിഞ്ഞു. 'നാടോടിക്കറ്റി'ലെ ദാസനെയും വിജയനെയും പലതവണ ഞാൻ ഓർമ്മിച്ചു; അവർ ജീവിച്ച ജീവിതമല്ലേ ഇത്? പാതിരാത്രിയിൽ ഒറ്റയ്ക്കുള്ള ഒരു പൈപ്പിന്റെ ചുവട്ടിൽ പോയിട്ടായിരുന്നു കുളി.

ദിവസങ്ങൾ കഴിയുമ്പോൾ കടയിലെ കടം കൂടിവന്നു. അത് തീർക്കാൻ നമ്മുടെ കയ്യിൽ കാശില്ലാത്തതിനാൽ കടയുടമ സാധനങ്ങൾ തരാതായി. പിന്നെ പട്ടിണിയുടെ നാളുകളായിരുന്നു. കൂലിയായി ആകെ കിട്ടുന്നത് 2000 രൂപയായിരുന്നു; അതിൽ 1000 രൂപ കുട്ടി സാർ തന്നെ എടുക്കും—റൂമിന്റെ വാടകയും ബസ് പാസിന്റെ പൈസയുമാണത്.

അങ്ങനെയിരിക്കെ ഒരു ദിവസം ഞാൻ പണിയെടുത്തു കൊണ്ടിരിക്കുമ്പോൾ, മുകളിൽ നിന്നും ഒരു മരക്കഷ്ണം എന്റെ തലയിൽ വീണു. നെറ്റി ചെറുതായി പൊട്ടി. കെട്ടിട നിർമ്മാണത്തിന് ഉപയോഗിക്കുന്നതായിരുന്നു അത്. പെട്ടെന്ന് കുട്ടി സാറിനെ വിളിച്ചു പറഞ്ഞു. സാർ വന്ന് എന്നെയും കൂട്ടി ഒരു ഡോക്ടറുടെ അടുത്ത് പോയി. മുറിവിന് ബാൻഡേജ് ഇടുകയും വിശ്രമം എടുക്കാൻ നിർദ്ദേശിക്കുകയും ചെയ്തു. ഞാൻ നേരെ റൂമിൽ പോയി കുറച്ചു സമയം ഉറങ്ങി. അപ്പോൾ ആലോചിച്ചു: "എന്തിനാണ് വെറുതെ ഇങ്ങനെ പട്ടിണി കിടന്ന് പണിയെടുക്കുന്നത്? ഇന്ന് തന്നെ എന്തോ

ഭാഗ്യം കൊണ്ടല്ലേ ഞാൻ രക്ഷപ്പെട്ടത്? അല്ലെങ്കിലും എനിക്ക് പറഞ്ഞതല്ല ഈ ജോലി" എന്ന് ഞാൻ ഉറപ്പിച്ചു. ഗൾഫ് മോഹം തൽക്കാലം മതിയാക്കാം എന്നുറപ്പിച്ചു അടുത്ത ദിവസം തന്നെ കൂടെയുള്ളവരോട് യാത്രയും പറഞ്ഞ് വീട്ടിലേക്ക് തിരിച്ചു.

"അവിടെ ഇരിക്കുന്നില്ലേ?" എന്ന ഭാര്യയുടെ ചോദ്യം കേട്ടാണ് ഞാൻ സ്വബോധത്തിലേക്ക് തിരിച്ചെത്തിയത്. ഞാൻ മറക്കാൻ ആഗ്രഹിച്ച ഒരു അധ്യായമല്ലേ എന്റെ ആ ബാംഗ്ലൂർ ജീവിതം! കിട്ടിയ സീറ്റിൽ ഇരുന്ന് വീണ്ടും എന്റെ പാട്ടിന്റെ ലോകത്തേക്ക് ഞാൻ തിരിച്ചുപോയി.

"വടക്കാഞ്ചേരി കഴിഞ്ഞു" എന്ന ഭാര്യയുടെ വിളി കേട്ടാണ് ഞാൻ ഉണർന്നത്. എന്തൊക്കെയോ ചിന്തകളിലായിരുന്നല്ലോ, ഉറക്കം വന്നത് അറിഞ്ഞതേയില്ല. ലഗേജ് ഒന്നുമില്ലാത്തതിനാൽ സാരമില്ല, സമയമുണ്ട്; ഒന്ന് ടോയ്‌ലറ്റിൽ പോയി ഫ്രഷ് ആയി. ഇപ്പോൾ ട്രെയിനൊക്കെ നല്ല വൃത്തിയായിട്ടുണ്ട്, നല്ലത്. ടോയ്‌ലറ്റിൽ പോയപ്പോൾ മുൻപത്തെ പോലുള്ള ഗന്ധം വരാത്തതിൽ ഞാൻ അത്ഭുതപ്പെട്ടു.

തൃശ്ശൂരിൽ നിന്നും മകളുടെ പരിപാടി നടക്കുന്ന വിവേകോദയം സ്കൂളിലേക്ക് ഒരു ഊബർ ഓട്ടോ ബുക്ക് ചെയ്തു. എന്നാൽ തൃശ്ശൂർ ഇറങ്ങിയപ്പോൾ കലോത്സവം നടക്കുന്ന സ്റ്റേജുകളിലേക്ക് സൗജന്യമായി ബസ്സുണ്ടെന്നറിഞ്ഞു; അതോടെ ഊബർ ക്യാൻസൽ ചെയ്തു. സ്കൂളിന്റെ പരിസരത്തെത്തിയതിനു ശേഷം നമ്മൾ മൂന്നുപേരും ഭക്ഷണം കഴിച്ചു. അപ്പോഴേക്കും മകളുടെ വിളി വന്നിരുന്നു. ഊണ് കഴിച്ച ഉടനെ മകൾക്കും കൂടെയുള്ളവർക്കും മേക്കപ്പ് ചെയ്യുന്ന ക്ലാസ്സിലേക്ക് നമ്മൾ പോയി.

മുൻ സ്പീക്കർ തേറമ്പിൽ രാമകൃഷ്ണൻ സാറിന്റെ ഉടമസ്ഥതയിലുള്ളതാണ് ഈ സ്കൂൾ. സ്കൂളിന്റെ ഒരു വശത്ത് ഗാന്ധിജിയുടെയും മറുവശത്ത് വിവേകാനന്ദന്റെയും

പ്രതിമകളുണ്ടായിരുന്നു. ഗാന്ധിജിയുടെ പ്രതിമയ്ക്ക് മുന്നിൽ നിൽക്കുമ്പോൾ നമുക്ക് സ്വാതന്ത്ര്യം നേടിത്തന്ന ആ മഹാത്മാവിനെക്കുറിച്ചുള്ള ഓർമ്മകൾ മനസ്സിലെത്തി. ഗാന്ധിജി ആ സ്കൂൾ മുൻപ് സന്ദർശിച്ചതായും അന്ന് അവിടെ എഴുതിവെച്ച കുറിപ്പ് വായിക്കാൻ കഴിഞ്ഞതും എനിക്ക് അനുഗ്രഹമായി തോന്നി. ആ മഹാത്മാവിന്റെ വാക്കുകൾ വായിച്ചുകൊണ്ട് കുറച്ചുസമയം ഞാൻ അവിടെ നിന്നു. അതിനു സമീപത്തുള്ള, അമ്പലത്തിന് സമാനമായ ആ സ്ഥലത്തെ ശ്രീകൃഷ്ണനെ ഞാൻ വന്ദിച്ചു. മകൾക്ക് വിജയം കൈവരിക്കാൻ വേണ്ടി പ്രാർത്ഥിച്ചതിനു ശേഷം മൂന്നാം നിലയിലുള്ള അവരുടെ ക്ലാസ്സ് റൂമിലേക്ക് പോയി.

നാട്ടിൽ അക്രമവും കൊള്ളയും നടത്തുന്ന 'കുറുവ സംഘത്തിന്റെ' ചെയ്തികളാണ് ഇവരുടെ പ്രമേയം. പൊതുവെ പാവമായ എന്റെ മകൾക്ക് മേക്കപ്പും വേഷവും കൂടി വന്നപ്പോൾ അവളുടെ മുഖത്തുണ്ടായ ഭാവമാറ്റം ഞാൻ ശ്രദ്ധിച്ചു.

മൂന്നാമതായാണ് ഇവരുടെ ഊഴം എന്നറിഞ്ഞപ്പോൾ സന്തോഷമായി; കാരണം, ഇതിനു മുൻപ് രണ്ടു തവണയും മൂന്നാമത്തെ ഊഴത്തിൽ കളിച്ചാണ് അവൾ ഫസ്റ്റ് വാങ്ങിയത്. പ്രശസ്തരായ വിധികർത്താക്കളുടെ മുന്നിലാണ് പ്രകടനം എന്നറിഞ്ഞപ്പോൾ, ജയിച്ചു വരാൻ അവളെ അനുഗ്രഹിച്ചു ഞാൻ സ്റ്റേജിനടുത്തേക്ക് പോയി. അവളുടെ ഊഴം വന്നപ്പോൾ കുറുവ സംഘത്തിന്റെ ക്രൂരത മകളുടെ മുഖത്ത് തെളിഞ്ഞുകണ്ടു. പ്രോഗ്രാം കഴിഞ്ഞപ്പോൾ അവൾ ഓടി എന്റെ അരികിലെത്തി കെട്ടിപ്പിടിച്ച് പൊട്ടിക്കരഞ്ഞു. മകളുടെ മുഖത്തെ മേക്കപ്പ് എന്റെ ഷർട്ടിലായി. അവളുടെ ആ പ്രവൃത്തി എന്റെ കണ്ണിനെയും ഈറനണിയിച്ചു. അപ്പോഴേക്കും മീഡിയക്കാർ അവരുടെ ഇന്റർവ്യൂ ലൈവ് ആയി എടുക്കാൻ തുടങ്ങി. അതൊക്കെ കാണുമ്പോൾ ഒരു അച്ഛൻ എന്ന നിലയിൽ എനിക്ക് അഭിമാനം തോന്നി.

റിസൾട്ട് വന്നപ്പോൾ 'എ ഗ്രേഡ്' കിട്ടിയെന്നറിഞ്ഞു; ആ സന്തോഷം ഇരട്ടിച്ചു. വടക്കുംനാഥന്റെയും പാറമേക്കാവ് അമ്മയുടെയും അനുഗ്രഹം എന്റെ മകൾക്ക് കിട്ടിയിട്ടുണ്ടാവാം.

നാട്ടിലേക്ക് തിരിക്കാൻ ഒരു കെ.എസ്.ആർ.ടി.സി ബസ്സിൽ സീറ്റ് ബുക്ക് ചെയ്തിട്ടുണ്ടായിരുന്നു. മൊമെന്റോയും സർട്ടിഫിക്കറ്റും വാങ്ങി നമ്മൾ നേരെ ബസ് സ്റ്റാൻഡിലേക്ക് നടന്നു. പോകുന്ന വഴി വടക്കുംനാഥനോടും പാറമേക്കാവ് അമ്മയോടും നന്ദി പറയാൻ മറന്നില്ല. സ്റ്റാൻഡിലെത്തിയപ്പോൾ ബസ് വൈകുമെന്നറിഞ്ഞു. അവിടെയാണെങ്കിൽ മൊത്തം പൊളിച്ചിട്ടതിനാൽ ഇരിക്കാൻ സൗകര്യവുമുണ്ടായിരുന്നില്ല. അപ്പോഴാണ് ഞാൻ എന്റെ ഒരു പരിചയക്കാരനെ കണ്ടത്; അവൻ അവിടെ കണ്ടക്ടറാണ്, നമ്മൾ ഒരുമിച്ച് ജോലി ചെയ്തതാണ്.

അവൻ നമ്മളെ യൂണിയൻ ഓഫീസിലേക്ക് കൊണ്ടുപോയി. അവിടെ രണ്ട് റൂം തുറന്നു തന്നു. കട്ടിലും കിടക്കയും കണ്ടപ്പോൾ കൂടെയുണ്ടായിരുന്നവർ പലരും അവിടെ കിടന്നു. ബസ് എത്താനായപ്പോൾ അതിലെ കണ്ടക്ടർ എന്നെ വിളിച്ചു പറഞ്ഞു. നമ്മൾ റൂം പൂട്ടി താക്കോൽ കൂട്ടുകാരനെ ഏൽപ്പിച്ചു നന്ദിയും പറഞ്ഞ് ബസ്സിൽ കയറി.

ഫ്രെയിം ചെയ്യാത്ത ഓർമ്മകൾ

വൈകുന്നേരം മകൾ സ്കൂളിൽ നിന്നും തിരിച്ചെത്തിയപ്പോൾ ഫോട്ടോ വേണം എന്ന് പറഞ്ഞതുകൊണ്ട് അവളെയും കൂട്ടി അടുത്തുള്ള ഒരു സ്റ്റുഡിയോയിൽ പോയി. ഊഴത്തിനായി കാത്തിരിക്കുമ്പോൾ അവിടെ ഫ്രെയിം ചെയ്ത കുറെ ഫോട്ടോകളും, ഒരു പഴയ ബ്ലാക്ക് ആൻഡ് വൈറ്റ് ക്യാമറയും എന്നെ എന്റെ ചെറുപ്പകാലത്തേക്ക് കൊണ്ടുപോയി.

അന്നത്തെ കാലത്ത് ഒരു ഫോട്ടോ ഫ്രെയിം ചെയ്തു തൂക്കുന്നവർ പണക്കാരായിരിക്കുമല്ലോ. ദമ്പതികളുടെ ഫോട്ടോയും കാരണവരുടെ ആഢ്യത്വം നിറഞ്ഞ ഒരു ഫോട്ടോയും ഉമ്മറത്ത് കാണും. അതിഥികൾ ആരെങ്കിലും വന്നാൽ അവർക്ക് അവരെയെല്ലാം പരിചയപ്പെടുത്തിക്കൊടുക്കാൻ അവിടെ ആരെങ്കിലും ഉണ്ടാകും. അന്നത്തെ ആ കൂട്ടുകുടുംബ വ്യവസ്ഥ ഇന്നില്ലല്ലോ; എല്ലാം അണുകുടുംബങ്ങളായി. വൈകുന്നേരങ്ങളിൽ കുട്ടികൾ എല്ലാവരും കൂടി അന്നത്തെ വിശേഷങ്ങളും സങ്കടങ്ങളും പങ്കുവെക്കുന്ന തിരക്കിലായിരിക്കും. രാത്രി ഉറങ്ങുന്നത് വരെ ആ വീടും ഉറങ്ങാതെയിരിക്കും.

എനിക്ക് ആ പഴയ കാലഘട്ടമാണ് ഇഷ്ടം. എല്ലാവരും കൂടി വട്ടംകൂടിയിരുന്ന് സംസാരിക്കുന്നതിന്റെ സുഖം ഫേസ്ബുക്കിലെ വീഡിയോക്ക് തരാൻ കഴിയുമോ? ഇപ്പോൾ ആരും വീടുകളിൽ പഴയപോലെ ഫോട്ടോ ഫ്രെയിം ചെയ്യാറുണ്ടോ? കാലഘട്ടം മാറുമ്പോൾ നമ്മൾ മനുഷ്യരും മാറും. ഇത് മനുഷ്യർക്ക് മാത്രമല്ലേ; മൃഗങ്ങൾ ഇങ്ങനെ മാറാറുണ്ടോ?

പലതും ആലോചിച്ചിരിക്കുമ്പോഴാണ് ഒരു സഹപ്രവർത്തകൻ ഹൃദയാഘാതം മൂലം മരിച്ച വിവരം ഒരു ഗ്രൂപ്പിൽ വന്നത്. എന്റെ പോലും പ്രായമില്ലാത്ത ഒരു ചെറുപ്പക്കാരൻ! വീട്ടുകാർക്ക് എന്ത് വിഷമമായിട്ടുണ്ടാകും? ഇപ്പോഴത്തെ ചെറുപ്പക്കാരൊന്നും അവരുടെ വിഷമങ്ങൾ ആരോടും പങ്കുവെക്കില്ലല്ലോ. സ്വന്തം മനസ്സിലിട്ട് ആധി കൂട്ടിയിരിക്കും; പിന്നെ ഇതുപോലെ സംഭവിച്ചില്ലെങ്കിലല്ലേ അത്ഭുതപ്പെടേണ്ടു. അപ്പോഴേക്കും മകൾ ഫോട്ടോ എടുത്ത് എന്റെ അടുത്ത് വന്നിരുന്നു. അവൾ പോയത് ഞാൻ അറിഞ്ഞിരുന്നില്ല. ഫോട്ടോയും വാങ്ങി അവിടെ നിന്നിറങ്ങുമ്പോൾ ഒരു നഷ്ടബോധം ഉള്ളിൽ വിങ്ങുന്നുണ്ടായിരുന്നു.

അപകടത്തിലേക്കുള്ള യാത്ര

പതിവുപോലെ നാലുമണി കഴിയുമ്പോൾ കോട്ടുമിട്ട്, ബൈക്കിൽ കയറി കയ്യൂരിലേക്ക് പുറപ്പെട്ടു. ഇയർഫോൺ കണക്ട് ചെയ്ത് പാട്ടും കേട്ടുകൊണ്ട് പതുക്കെയായിരുന്നു യാത്ര. തലേന്ന് നല്ല മഴയായിരുന്നു; അതിനാലാണ് വീട്ടിൽനിന്നും കോട്ട് ധരിച്ചത്. പുലർച്ചെയായതിനാൽ വേറെ വണ്ടികളുടെ ശല്യമൊന്നുമുണ്ടായിരുന്നില്ല. വലിയ കുറ്റമൊന്നും ചെയ്യാത്ത ജയിൽപ്പുള്ളികളെ താമസിപ്പിക്കുന്ന ചീമേനി ഓപ്പൺ ജയിൽ കഴിഞ്ഞ് കുറച്ചു മുന്നോട്ടു പോയപ്പോൾ, എന്റെ വലതുവശത്തുനിന്നും വളരെ വേഗത്തിൽ ഓടുന്ന ഒരു പന്നിയെ കണ്ടു. ഞാൻ വണ്ടിയുടെ വേഗത കുറച്ചു; പക്ഷെ വരാനുള്ളത് വഴിയിൽ തങ്ങില്ലല്ലോ!

ആ മൃഗം എന്തോ മുൻവൈരാഗ്യം പോലെ എന്റെ വണ്ടിയിൽ വന്നിടിച്ചു. ഞാനും വണ്ടിയും കൂടി റോഡിൽ കിടക്കുമ്പോൾ അവൻ എവിടെയോ എത്തിയിരുന്നു—ചിലപ്പോൾ വായുഗുളിക വാങ്ങാൻ പോകുന്നത് ആയിരിക്കാം! വണ്ടിയുടെ അടിയിൽ നിന്നും കാല് പുറത്തെടുത്തു. കാലിന് ചെറിയ വേദന ഉണ്ടായിരുന്നു; കൈക്ക് ചെറിയൊരു മുറിവും അതിൽ നിന്നും ചോര വരുന്നുണ്ടായിരുന്നു. പെട്ടെന്ന് വണ്ടിയിൽ കയറി ചീമേനിയിലേക്ക് വിട്ടു; അവിടെ എത്തിയിട്ട് എന്തെങ്കിലും ചെയ്യാമെന്ന് വിചാരിച്ചു. ചീമേനി ടൗണിൽ എത്തുമ്പോൾ അവിടെ ഒരാളെ കണ്ടു. കൈയിൽ പറ്റിയ ചളിയും മറ്റും കളയാൻ വെള്ളം എവിടെ കിട്ടുമെന്ന് അന്വേഷിച്ചപ്പോൾ, താഴെ ഒരു ആശുപത്രിയിൽ പോയാൽ മതി എന്ന് കേട്ടതുകൊണ്ട് അങ്ങോട്ട് പോയി.

ഇന്ന് ഇനി ഏതായാലും ആദ്യത്തെ ട്രിപ്പ് പോകാൻ പറ്റില്ല. പുലർച്ചെ റബ്ബർ ടാപ്പ് ചെയ്യാൻ പോകുന്ന നാലഞ്ച് സ്ത്രീകളും പിന്നെ റെയിൽവേ സ്റ്റേഷനിലേക്ക് പോകുന്ന കുറച്ച് ആൾക്കാരുമായിരുന്നു

ആദ്യത്തെ ട്രിപ്പിൽ ഉണ്ടാവുക. "ഇന്നേതായാലും അവർക്ക് ബസ് കിട്ടില്ലല്ലോ, അവർ എന്ത് ചെയ്യും?" എന്ന് ചിന്തിച്ചുകൊണ്ട് ആശുപത്രിയുടെ പുറത്തുള്ള ബെൽ അടിച്ചു. അപ്പോൾ വന്ന നഴ്സിനോട് ഞാൻ കാര്യം പറഞ്ഞപ്പോൾ അവർ എന്നോട് അകത്തുള്ള ബെഡിൽ ഇരിക്കാൻ പറഞ്ഞു. ഞാൻ അങ്ങോട്ട് പോകുമ്പോൾ എന്റെ കൈയിൽ നിന്നും ചോര ഇറ്റുവീഴുന്നുണ്ടായിരുന്നു; അവരോട് ഞാൻ അതിന് ക്ഷമ പറഞ്ഞുകൊണ്ട് ബെഡിലിരുന്നു.

എന്റെ കൈയിലെ മുറിവ് അവർ വൃത്തിയാക്കി. കുറച്ചു കഴിയുമ്പോൾ ഒരു ഡോക്ടർ വന്നു നോക്കിയിട്ട് പറഞ്ഞു, "X-ray എടുക്കണം. കൂടെ ആരെങ്കിലും ഉണ്ടോ?" അപ്പോൾ ഞാൻ എന്റെ ഡ്രൈവറെയും ഏട്ടനെയും വിളിച്ചു പറഞ്ഞു. കുറച്ചു കഴിയുമ്പോൾ അവർ രണ്ടുപേരും എത്തി. അപ്പോഴേക്കും എന്റെ കൈ അനങ്ങാതിരിക്കാൻ താൽക്കാലികമായി കെട്ടിവെച്ചിരുന്നു; വേദന തുടങ്ങിയിരുന്നു. എന്റെ ഒരു സഹപ്രവർത്തകനെ വിളിച്ചു പറഞ്ഞ് ബാക്കി ഡ്യൂട്ടി ഏൽപ്പിച്ചു. ഞാൻ ഏട്ടന്റെ കൈയും പിടിച്ച് ഏട്ടന്റെ വണ്ടിയിൽ പയ്യന്നൂരിലേക്ക് പോയി. പോകുമ്പോൾ സ്റ്റോപ്പുകളിൽ എന്റെ ബസ്സിൽ കയറാൻ വേണ്ടി നിൽക്കുന്ന ആൾക്കാരെ ഞാൻ കണ്ടു. അവരോടൊന്നും പ്രതികരിക്കാനാവാത്ത എന്റെ നിസ്സഹായ അവസ്ഥ എന്നെ വല്ലാതെ വേദനിപ്പിച്ചു.

ആശുപത്രിയിൽ എത്തി X-ray എടുത്തപ്പോൾ കൈയിലെ എല്ലു പൊട്ടിയിട്ടുണ്ടെന്നും അടിയന്തരമായി ഒരു ഓപ്പറേഷൻ വേണമെന്നും കേട്ടപ്പോൾ ഞാൻ ഞെട്ടി. ഒന്നാമത് ഞാൻ എന്റെ കടങ്ങളൊക്കെ ഒരുവിധം വീട്ടി ഒന്ന് നേരെ നിൽക്കാൻ തുടങ്ങിയതേയുള്ളൂ; അപ്പോൾ ഇതുപോലെ ചികിത്സ കൂടി വരുമ്പോൾ എന്താകുമെന്നായിരുന്നു

എന്റെ ചിന്ത. വീട്ടിലേക്ക് കാര്യം വിളിച്ചു പറഞ്ഞു. ഭാര്യ കുറച്ചു കഴിഞ്ഞപ്പോൾ വന്നു.

അന്ന് രാത്രിയിൽ തന്നെ ഓപ്പറേഷൻ ഫിക്സ് ചെയ്തു. രാത്രിയിൽ ഓപ്പറേഷൻ ടേബിളിൽ കിടക്കുമ്പോൾ, "ആദ്യമായിട്ടാണല്ലോ ഇത്" എന്ന് ആലോചിച്ചു. കുറച്ചു കഴിഞ്ഞപ്പോൾ ഞാനൊരു സ്വപ്നലോകത്തായിരുന്നു. ഹോളിവുഡ് സിനിമയായ 'മാട്രിക്സി'ലെ ചില രംഗങ്ങളെ ഓർമ്മിപ്പിക്കുന്ന ചില കാഴ്ചകളാണ് ഞാൻ കണ്ടത്. അപ്പോൾ എനിക്ക് മനുഷ്യരൂപമില്ല, ഞാനൊരു ഗോളമാണ്! അസംസ്കൃത വസ്തു ഒരു കൺവെയർ ബെൽറ്റിലൂടെ പോയി ഒരു ഉൽപ്പന്നമാകുന്ന ഒരു പ്രവൃത്തി പോലെയായിരുന്നു അത്. എന്റെ ആത്മാവ് എന്നെ വിട്ടുപോകാൻ ശ്രമിക്കുന്നതും ഞാൻ അതിനെ പിടിച്ചുനിർത്താൻ ശ്രമിക്കലുമായിരുന്നു അത്. അപ്പോൾ എന്റെ മനസ്സിൽ എന്റെ ഭാര്യയുടെ മുഖം മാത്രമേ ഉണ്ടായിരുന്നുള്ളൂ.

കുറച്ചു കഴിഞ്ഞ് ബോധം വന്നപ്പോൾ ഞാൻ ഒരു കട്ടിലിൽ കിടക്കുകയായിരുന്നു. എന്റെ അടുത്ത് എന്റെ ഭാര്യ ഒരു ബ്രെഡുമായി ഇരിക്കുന്നുണ്ടായിരുന്നു. ആ ബ്രെഡിന് സാധാരണയിൽ കവിഞ്ഞ ഒരു രുചി ഉണ്ടായിരുന്നു. പോസ്റ്റ് ഓപ്പറേറ്റീവ് വാർഡിലെ കട്ടിലിൽ ബോധം വന്നപ്പോൾ അവൾ ബ്രെഡുമായി എന്റെ അടുത്തുണ്ടായിരുന്നു. അപ്പോൾ കഴിച്ച ആ ബ്രെഡിന് മുലപ്പാലിന്റെ രുചിയായിരുന്നോ? ഒരു അമ്മയുടെ വാത്സല്യത്തോടെ അവൾ എനിക്ക് ആ ബ്രെഡ് മുഴുവനായി കഴിച്ചുതന്നു.

വീട്ടിൽ തിരിച്ചെത്തിയതിനുശേഷം എല്ലാത്തിനും അവൾ വേണം; ചെറിയ കുട്ടികളെപ്പോലെ ഞാൻ എല്ലാത്തിനും വാശിപിടിച്ചു. എന്നെ കുളിപ്പിക്കുന്നത് അവളായിരുന്നു. അമ്മയുടെ സ്നേഹത്തോടെ എനിക്ക് ഭക്ഷണം വായിൽ വെച്ചുതരുമായിരുന്നു. ഞാൻ അവളുടെ ഒരു കുട്ടിയായി പുനർജനിച്ചതുപോലെ തോന്നി. രാത്രിയിൽ ഉറങ്ങാതെ

അവളെ ഉറക്കാതെ ഇരിക്കുമ്പോൾ ഞാൻ എന്റെ കുട്ടികളെ ഓർമ്മിച്ചു; കുറച്ചു വർഷങ്ങൾക്കു മുൻപ് അവർ ഇങ്ങനെ ആയിരുന്നില്ലേ?

അവൾ രാവിലെ ജോലിക്ക് പോയാൽ ഞാൻ എന്റെ ഏകാന്തതയിൽ മുഴുകും. അവൾ വരാതെ, അവൾ തരാതെ ഞാൻ ഭക്ഷണം കഴിക്കാറില്ല. ഞാൻ അവളെയും അമ്മയെയും ഒരുപോലെയല്ലേ കണ്ടിരുന്നത്? എന്റെ ചെറിയ ചെറിയ കുസൃതി കാണുമ്പോൾ അവർ എന്നെ വഴക്കുപറയുമ്പോൾ എനിക്ക് അത് സന്തോഷം തരുമായിരുന്നു. പലപ്പോഴും അവളിൽ ഞാൻ എന്റെ അമ്മയെ കണ്ടു. എനിക്ക് എപ്പോഴും കൂടെ ഉണ്ടായിരുന്നത് അമ്മയല്ലേ? സ്കൂളിൽ നിന്നും വൈകുന്നേരം വന്ന് ഭക്ഷണം കഴിക്കുമ്പോൾ അന്നത്തെ കാര്യങ്ങളെല്ലാം അമ്മയോട് പറയുമായിരുന്നു. എന്നാൽ ഞാനും അമ്മയും തമ്മിൽ സംസാരിച്ചിട്ട് എത്ര നാളായി? അവളോട് കൂടുതൽ അടുത്തപ്പോൾ അമ്മയിൽ നിന്നും അകന്നതാണോ എന്ന് അറിയില്ല.

അവൾക്ക് ജോലി കിട്ടിയത് ആയിടയ്ക്കായിരുന്നു. അവൾ ഏറെ ആഗ്രഹിച്ച അധ്യാപികയുടെ ജോലി അവൾക്ക് കിട്ടിയപ്പോൾ അവളെക്കാൾ സന്തോഷം എനിക്കായിരുന്നു. അച്ഛൻ ആദ്യമായി പഠിപ്പിച്ച ഉപ്പളയിലെ ഒരു സ്കൂളിലാണ് അവൾക്കുള്ള ആദ്യ നിയമനം എന്നറിഞ്ഞപ്പോൾ എനിക്ക് വളരെ സന്തോഷം തോന്നി. വളരെ പുലർച്ചെ ഇറങ്ങിയാൽ രാത്രി വൈകിയാണ് അവൾ വീട്ടിൽ എത്തിയിരുന്നത്. അവളുടെ യാത്ര കുറയ്ക്കാൻ വേണ്ടി നമ്മൾ പണികഴിപ്പിച്ച സ്വന്തം വീടിനോട് വിട പറഞ്ഞു നീലേശ്വരത്തുള്ള വാടകവീട്ടിലേക്ക് മാറേണ്ടി വന്നു.

നാലു മാസത്തെ അവധിക്കുശേഷം ജോലിയിൽ തിരിച്ചു കയറുന്നതിന്റെ ആദ്യ പടിയായ മെഡിക്കൽ ചെക്കപ്പിനായി തിരുവനന്തപുരത്തുള്ള ചീഫ് ഓഫീസിലേക്ക് ഞാൻ പുറപ്പെട്ടു. മുൻപ് ഞാൻ അവിടെ പോയത് എന്റെ മനസ്സിലേക്ക് കടന്നുവന്നു; പെട്ടെന്ന്

തന്നെ ഞാൻ ആ ചിന്തകളിൽ നിന്നും ഒഴിഞ്ഞുമാറി. നല്ലതൊന്നും അതിൽ ഓർക്കാനില്ലല്ലോ! ട്രെയിനിൽ കയറി എനിക്ക് കിട്ടിയ ബർത്തിൽ കിടക്കുമ്പോൾ കാലിന് ചെറിയ വേദന ഉണ്ടായിരുന്നു. "കൂടെ ആരെങ്കിലും ഉണ്ടായിരുന്നെങ്കിൽ" എന്ന് ഞാൻ ചിന്തിച്ചു. എനിക്ക് പൂർണ്ണമായി സുഖമായിരുന്നില്ലല്ലോ; കൈയുടെയും കാലിന്റെയും വേദന സഹിച്ചു. കാരണം, ഇനിയും അവധി മുന്നോട്ട് കൊണ്ടുപോകാൻ കഴിയില്ല; ക്രെഡിറ്റിലുള്ള അവധി തീരാറായിരുന്നു.

തമ്പാനൂരിലുള്ള റെയിൽവേ സ്റ്റേഷനിൽ ട്രെയിൻ ഇറങ്ങി അടുത്തുള്ള കെ.എസ്.ആർ.ടി.സി ബസ് സ്റ്റാൻഡിലേക്ക് പോയി. അവിടെയുള്ള ഒരു ലോഡ്ജിൽ പോയി 50 രൂപ കൊടുത്ത് പ്രഭാതകൃത്യങ്ങൾ കഴിച്ചു. ഓഫീസ് തുറക്കാൻ കുറെ സമയം ഉണ്ടല്ലോ! ഏതായാലും അനന്തപത്മനാഭന്റെ മണ്ണല്ലേ, പത്മനാഭസ്വാമി ക്ഷേത്രത്തിൽ ഒന്ന് പോയി പ്രാർത്ഥിക്കാം. വേറെ ഒന്നും ആലോചിക്കാതെ നേരെ അങ്ങോട്ട് പോയി. ഞാൻ കരുതിയിരുന്ന കവിമുണ്ട് ഉടുത്തു. ഷർട്ട് അഴിച്ച് ബാഗിൽ വെച്ച് അവിടെയുള്ള ക്ലോക്ക് റൂമിൽ ഏൽപ്പിച്ചു; കൂട്ടത്തിൽ ഫോണും. അവിചാരിതമായി പെയ്യുന്ന മഴയെ വകവെക്കാതെ ഞാൻ നേരെ അമ്പലത്തിന്റെ ഉള്ളിലേക്ക് നടന്നു. "ഇനി എല്ലാം പത്മനാഭസ്വാമിയുടെ കാരുണ്യം" എന്ന് ചിന്തിച്ചു.

തിരുവിതാംകൂർ രാജാക്കന്മാരുടെ സ്വന്തം ക്ഷേത്രത്തിലേക്ക് ഞാൻ പോയി. "കോടിക്കണക്കിന് രൂപയുടെ സ്വർണ്ണമുള്ള അമ്പലമല്ലേ ഇത്" എന്ന് എന്റെ മനസ്സിൽ അപ്പോൾ ഓടിവന്നു. ശബരിമല സീസൺ ആയതിനാൽ ധാരാളം അയ്യപ്പന്മാർ ഉണ്ടായിരുന്നു. നട പൂജയ്ക്ക് വേണ്ടി അടയ്ക്കാറായിരുന്നു. ഞാൻ വയ്യാത്ത കാലും വെച്ച് എങ്ങനെയോ നട അടയ്ക്കുന്നതിനു മുൻപ് ഉള്ളിൽ കയറി തൊഴുതു. എന്റെ വിഷമങ്ങളും സങ്കടങ്ങളുമൊക്കെ ഞാൻ പറഞ്ഞു. അവിടെ

നിന്നും പുറത്തിറങ്ങി അടുത്തുള്ള കോഫി ഹൗസിൽ നിന്നും പ്രഭാതഭക്ഷണം കഴിച്ചു. എനിക്ക് പോകേണ്ട ചീഫ് ഓഫീസിലേക്ക് പോയി. അത് അവിടെ നിന്നും കുറച്ചു നടക്കേണ്ട ദൂരത്തിലായിരുന്നു.

ഞാൻ അവിടെ എത്തുമ്പോൾ എന്നെപ്പോലെയുള്ള വേറെയും ആൾക്കാർ ഉണ്ടായിരുന്നു. എന്റെ ഊഴമായപ്പോൾ ഞാൻ ഒരു ഡോക്ടറെ എന്റെ X-ray-യും മറ്റും കാണിച്ച് ബോധ്യപ്പെടുത്തി. അവിടെയുള്ള കാര്യങ്ങൾ കഴിയുമ്പോൾ ഉച്ചയാകാറായിരുന്നു. എനിക്ക് തിരിച്ചുപോകേണ്ട ട്രെയിൻ രാത്രിയിൽ ആയതിനാൽ സമയം കുറെ ഉണ്ടല്ലോ എന്നാലോചിച്ചു നിന്നപ്പോൾ, നേരെ ലുലു മാളിലേക്ക് പോകാമെന്നും അവിടെ കുറച്ചു കറങ്ങുകയും കൂട്ടത്തിൽ അവിടെനിന്നും സിനിമ കാണാമെന്നും ആലോചിച്ചു. എന്നിട്ട് നേരെ ഞാൻ അങ്ങോട്ടേക്ക് പോയി.

അതിവിശാലമായ ആ ഷോപ്പിംഗ് വിസ്മയം കണ്ടുകൊണ്ട് ഞാൻ അവിടെ കുറെ സമയം നിന്നു. അവിടെയുള്ള PVR-ൽ നിന്നും ഒരു മലയാള സിനിമ കാണാൻ ടിക്കറ്റും എടുത്തു നിൽക്കുമ്പോഴാണ് രണ്ടുപേർ എന്റെ അടുത്തേക്ക് വന്നത്. അവർ യൂണിസെഫിന്റെ ആൾക്കാരാണെന്നും, അവർ നിർദ്ധനരായ കുട്ടികളെ സഹായിക്കാൻ വേണ്ടി ഒരു ഫണ്ട് ക്യാൻവാസ് ചെയ്യാൻ വന്നതാണെന്നും എന്നോട് പറഞ്ഞു. മാസംതോറും അക്കൗണ്ടിൽ നിന്നും 500 രൂപ യൂണിസെഫിന്റെ അക്കൗണ്ടിലേക്ക് പോകും എന്ന് പറഞ്ഞു. ഞാൻ സമ്മതിച്ചു. ദൈവകൃപയാൽ ഒരു അപകടത്തിൽ നിന്നും രക്ഷപ്പെട്ട ഞാൻ, ആ സമയത്ത് എന്നെ സഹായിച്ച ആൾക്കാരെ ഓർത്തു. അതുപോലെ എന്റെ ഒരു ചെറിയ സഹായം ഞാൻ ഒരിക്കലും കാണാത്ത ഏതോ ഒരു മകൾക്ക് ഗുണമാകുമല്ലോ എന്ന ചിന്തയായിരുന്നു എന്നെ ആ തീരുമാനത്തിൽ എത്തിച്ചത്. ഞാൻ അതിന്റെ ഫോർമാലിറ്റിയെല്ലാം ചെയ്തു.

അവിടെ നിന്നും നേരെ സിനിമ ഹാളിലേക്ക് പോയി. മനസ്സിന് ഒരു ആശ്വാസം കിട്ടിയപോലെയായിരുന്നു അപ്പോൾ എനിക്ക് തോന്നിയത്. പത്മനാഭസ്വാമി ആയിരിക്കില്ലേ അവരെ എന്റെ അടുത്തേക്ക് പറഞ്ഞയച്ചത്? "നിന്റെ മോശം സമയത്ത് നിന്നെ സഹായിക്കാൻ ആൾക്കാർ ഉണ്ടായിരുന്നല്ലോ, അപ്പോൾ നീ അതിന് പ്രത്യുപകാരം ചെയ്യേണ്ടേ?" എന്ന് ആരോ മന്ത്രിക്കുന്നത് പോലെ തോന്നി. ഒരു ത്രില്ലർ സിനിമയായിരുന്നു ഞാൻ കണ്ടത്. അല്ലെങ്കിലും ഹെർക്യൂൾ പൊയ്റൂട്ടിനെയും ഷെർലോക്ക് ഹോംസിനെയും ആരാധിക്കുന്ന എനിക്ക് ത്രില്ലർ സിനിമ എന്നും ഒരു ഹരമായിരുന്നില്ലേ! സിനിമ കണ്ടതിനുശേഷം ഞാൻ തിരിച്ചു തമ്പാനൂരിലേക്ക് പോയി. എപ്പോൾ തമ്പാനൂരിൽ പോയാലും കയറാറുള്ള പ്രശസ്തമായ, വൃത്താകൃതിയിൽ നിർമ്മിച്ച ആ കോഫി ഹൗസിൽ പോയി ഭക്ഷണം കഴിച്ചു. രാത്രിയിൽ ട്രെയിനിൽ കയറി എന്റെ ബർത്തിൽ കിടക്കുമ്പോൾ മനസ്സിന് അതുവരെയില്ലാത്ത നല്ലൊരു സുഖം കിട്ടിയതുപോലെ തോന്നി. കുറച്ചു നാളുകൾക്ക് ശേഷം അന്ന് ഞാൻ സുഖമായി ഉറങ്ങി.

ട്രെയിൻ യാത്രയിലെ ഓർമ്മകൾ

കോഴിക്കോട് പഠിക്കാൻ തുടങ്ങിയതിന് ശേഷമുള്ള ഓണം അവധി; വീട്ടിൽ പെട്ടെന്ന് തന്നെ തിരിച്ചെത്തണം എന്ന് തോന്നി. എനിക്കും രാമന്തളിയുള്ള വേറൊരു കുട്ടിക്കും കൂടെ ഒന്നിച്ചൊരു റെയിൽവേ കൺസഷൻ കിട്ടിയിരുന്നു. ഒന്നിച്ചു ടിക്കറ്റ് എടുക്കണം, എന്നാലേ അതിന്റെ ഗുണം കിട്ടുകയുള്ളൂ. ഉച്ചകഴിയുമ്പോൾ കോഴിക്കോട്ടുള്ള വീട്ടിലെത്തിയ ഞാൻ അന്ന് വൈകുന്നേരത്തെ തീവണ്ടിക്ക് തന്നെ പോകാൻ തീരുമാനിച്ചു. എന്റെ കൂടെ നാട്ടിലേക്ക് ഞാനും വരുന്നു എന്ന് പറഞ്ഞ് കുഞ്ഞമ്മയും കൂടെക്കൂടി. പിന്നെ ഒന്നും ആലോചിക്കാതെ നമ്മൾ രണ്ടുപേരും കൂടി പോളിയുടെ ഹോസ്റ്റലിൽ

പോയി കൂട്ടുകാരനെയും കൂട്ടി തിരിച്ച് റെയിൽവേ സ്റ്റേഷൻ ലക്ഷ്യമാക്കി ബസ്സിൽ കയറി.

കുറച്ചുദൂരം ചെന്നപ്പോൾ കുഞ്ഞമ്മ എഴുന്നേറ്റു, 'ഇത് കൊളത്തറ പോകുന്ന ബസ്സല്ലേ? എന്തിനാണ് ഇതിൽ കയറിയത്?' എന്ന് ഉച്ചത്തിൽ ചോദിച്ചു. ഞാൻ നാട്ടിലേക്ക് തന്നെ പോകും എന്ന് പറഞ്ഞ് അവരെ സമാധാനിപ്പിച്ചു. കോഴിക്കോട് സ്റ്റേഷനിലെത്തി ടിക്കറ്റും എടുത്തു ട്രെയിനിന് കാത്തിരിക്കുമ്പോൾ 'ഒരു ചായ കുടിച്ചാലോ?' എന്ന് ചോദിച്ചു. നമ്മൾ പോയി ഓരോ ചായയും കുടിച്ച് അവിടുത്തെ സിമന്റ് ബെഞ്ചിലിരുന്നു. കുറച്ചു കഴിയുമ്പോൾ നമ്മൾക്ക് കയറാനുള്ള പരശുറാം എക്സ്പ്രസ്സ് എത്തുകയായി എന്ന അനൗൺസ്മെന്റ് കേട്ടപ്പോൾ ബെഞ്ചിൽ നിന്നും എഴുന്നേറ്റു ട്രെയിനിൽ കയറാൻ തയ്യാറെടുത്തു. ട്രെയിൻ വന്നു കയറി കുറച്ചുദൂരം കഴിയുമ്പോൾ തന്നെ സീറ്റ് കിട്ടി.

എന്റെ നേരെ വിപരീതമാണ് കുഞ്ഞമ്മ. ഞാൻ ആരോടും മിണ്ടാതെ ഒഴിഞ്ഞിരിക്കുമ്പോൾ അവർ ആ ട്രെയിനിലുള്ള യാത്രക്കാരോട് പലതും ഉച്ചത്തിൽ സംസാരിക്കുന്നുണ്ടായിരുന്നു. ട്രെയിനിൽ ചായയും മറ്റും വരുമ്പോൾ അത് വേണമെന്ന് പറഞ്ഞപ്പോൾ നമ്മൾ രണ്ടുപേരും അതൊക്കെ വാങ്ങി കഴിച്ചുകൊണ്ടിരുന്നു. പയ്യന്നൂർ റെയിൽവേ സ്റ്റേഷനിൽ നിന്നും ബസ്സ് സ്റ്റാൻഡിൽ എത്തുമ്പോഴേക്കും എന്റെ കയ്യിലുള്ള പൈസ തീരാറായി എന്ന സത്യം എനിക്ക് മനസ്സിലായി. വീട്ടിലേക്കുള്ള വണ്ടിക്കൂലി തികയില്ല; എന്ത് ചെയ്യും? വീട് വിട്ട് ആദ്യമായി പുറത്തിറങ്ങിയ ഒരു ബാലൻ, കൂടാതെ ഒരു പ്രായമായ അമ്മയും. അവരോട് ഇതിനെക്കുറിച്ച് പറഞ്ഞിട്ട് കാര്യമില്ല. 'തീവണ്ടിയിലിരുന്ന് ഓരോന്ന് വാങ്ങി കഴിക്കുമ്പോൾ ഓർക്കണമായിരുന്നു' എന്ന് മനസ്സ് പറഞ്ഞു.

സമയമാണെങ്കിൽ രാത്രിയാവുകയും ചെയ്തു. പിന്നെ ഒന്നും ആലോചിക്കാതെ നാട്ടിലേക്കുള്ള ബസ്സിൽ കയറി.

എന്റെ ഒരു ബന്ധുവിന്റെ വീട്ടിൽ പോകാം എന്നും അവിടെ നിന്ന് പൈസയും വാങ്ങി അടുത്ത ദിവസം വീട്ടിലേക്ക് പോകാം എന്നും തീരുമാനിച്ചു. പക്ഷേ അതിന് പോലും എന്റെ കയ്യിലുള്ള പൈസ തികയുമായിരുന്നില്ല. ദയാലുവായ ആ കണ്ടക്ടർക്ക് കാര്യം മനസ്സിലായപോലെ എനിക്ക് ടിക്കറ്റ് തന്നു—മുഴുവൻ പൈസയില്ലാതെ തന്നെ. ആ കണ്ടക്ടർ വേണമെങ്കിൽ എന്റെ വീട് വരെയുള്ള സ്റ്റോപ്പിൽ എന്നെ അനുവദിക്കുമായിരുന്നു, പക്ഷേ ഞാൻ ഒരിക്കലും ഒരാളെയും അധികം ബുദ്ധിമുട്ടിക്കാൻ നിൽക്കാറില്ല. ഒരു കുടുംബം പുലർത്താൻ കഷ്ടപ്പെടുന്ന അയാൾക്ക് ആ തുകയ്ക്ക് ഒരു മുട്ടായി വാങ്ങി നൽകാൻ കഴിയട്ടെ എന്നാലോചിച്ചുകൊണ്ട് ഞാനും കുഞ്ഞമ്മയും ബസ്സിറങ്ങി.

പിന്നെ എപ്പോഴെങ്കിലും അവരെ കാണുമ്പോൾ ആ പൈസ കൊടുക്കണം എന്നുണ്ടായിരുന്നു.

ഇപ്പോൾ ഞാനും അതേ ജോലിയാണ് ചെയ്യുന്നത്. ഇതുപോലെയുള്ള സാഹചര്യങ്ങൾ പലപ്പോഴും എന്റെ മുന്നിൽ വരാറുണ്ട്. അപ്പോഴെല്ലാം അന്ന് ആ കണ്ടക്ടർ കാണിച്ച ആ കാരുണ്യം ഞാൻ അവരോടും കാണിക്കുന്നു; എന്റെ അന്നത്തെ കടം തീർത്തുകൊണ്ടിരിക്കുകയാണ്.

താക്കോൽ കൂട്ടം

രാവിലെ കുട്ടികൾ രണ്ടുപേരും സ്കൂളിലേക്ക് പോയപ്പോഴാണ് "ഞാൻ തനിച്ചല്ലേ" എന്ന ചിന്ത വന്നത്. നിനച്ചിരിക്കാതെ കിട്ടിയ ഒരു അവധിയായിരുന്നു ഇന്ന്. ഏതായാലും ഒന്ന് പയ്യന്നൂർ വരെ പോകാം, ഹാജർ നോക്കാനുണ്ടല്ലോ; അത് ഇന്ന് ഏതായാലും ചെയ്തേക്കാം. നമ്മളുടെ ഹാജർ ഓരോ മാസവും 21 തൊട്ട് അടുത്ത മാസം 20

വരെയാണല്ലോ. അത് ഓഫീസിൽ പോയി ക്ലാർക്കിനെ സമീപിച്ചു ശരിയാക്കിയില്ലെങ്കിൽ നമ്മുടെ ലീവുകൾ വെറുതെ പോകാൻ സാധ്യതയുണ്ട്. പക്ഷെ, നമ്മുടെ ഹാജർ നോക്കുന്നത് ഗീതയായതുകൊണ്ട് ആ പേടിയില്ല.

ഡ്രസ്സ് ഇടാൻ നോക്കുമ്പോൾ ചുളിഞ്ഞ ഷർട്ടും പാന്റും ആണ് കിട്ടിയത്. അത് ഇസ്തിരിയിട്ട് ഒരുവിധം ചുളിവ് മാറ്റി ധരിച്ചു വീടും പൂട്ടി ഇറങ്ങി. സ്റ്റാൻഡിൽ എത്തുമ്പോൾ ഒരു മാനന്തവാടി ബസ് പോകാൻ തയ്യാറെടുക്കുന്നത് കണ്ടു. വയ്യാത്ത കാലും വെച്ച് ഓടി ആ ബസ്സിൽ കയറി. കണ്ടക്ടർ വന്നു ചോദിച്ചപ്പോൾ കീശയിൽ നിന്നും എന്റെ പാസ് എടുത്ത് കാണിച്ചു, പയ്യന്നൂരിലേക്കാണെന്ന് പറയുകയും ചെയ്തു. അത് കഴിഞ്ഞപ്പോൾ തന്നെ ഇയർഫോൺ കണക്ട് ചെയ്ത് പാട്ട് കേൾക്കാൻ തുടങ്ങി. ആരോ പറയുന്നത് കേട്ടിട്ടുണ്ട്, 40 വയസ്സ് കഴിഞ്ഞാൽ രണ്ടാം യൗവനമാണെന്ന്. ആവോ, എനിക്കറിയില്ല! പക്ഷെ ഞാൻ എപ്പോഴും റൊമാന്റിക് പാട്ടുകളാണല്ലോ കേൾക്കുന്നത്; അവർ പറഞ്ഞത് ശരിയായിരിക്കാം. പിന്നെ ഈ പാട്ടു കേൾക്കൽ ഒരു മറയാണല്ലോ, ഒരു ഒളിച്ചോട്ടമാണല്ലോ; മറ്റുള്ളവരെ അകറ്റി നിർത്താൻ വേണ്ടി ഉപയോഗിക്കുന്നു, അത്രമാത്രം. എനിക്ക് ഏകാന്തതയാണല്ലോ ഇഷ്ടം.

അത് പണ്ടേ അങ്ങനെയായിരുന്നില്ലേ? സ്കൂളിൽ പഠിക്കുന്ന കാലം തൊട്ട് ഞാൻ ഏകനായിരുന്നു. അധ്യാപകന്റെ മകൻ എന്ന നിലയിൽ മറ്റു കുട്ടികൾ എന്നോട് ഒരു അകൽച്ച കാണിച്ചിരുന്നു; കൂടാതെ എനിക്ക് മറ്റുള്ളവരോട് പെരുമാറാൻ അറിയുകയും ഇല്ലല്ലോ. അന്ന് ഈ ഏകാന്തത മറക്കാൻ ഞാൻ പുസ്തകങ്ങളെ സ്നേഹിക്കാൻ തുടങ്ങി. എം.ടി.യും മുകുന്ദനും എസ്.കെ. പൊറ്റെക്കാട്ടും എന്റെ സുഹൃത്തുക്കളായി. അവരിലൂടെ ഞാൻ ഒരു പുതിയ ലോകത്തിലേക്ക്

കടന്നു. വെള്ളിയാങ്കല്ല് കാണുന്ന ദാസനും അതിരാണിപ്പാടത്തെ ശ്രീധരനും ഒക്കെ ഞാനായി മാറി.

പത്താം ക്ലാസ് കഴിഞ്ഞപ്പോൾ അടുത്തത് എന്ത് പഠിക്കണം എന്ന ചിന്തയായി. ഏറ്റവും ഇഷ്ടം കണക്കും കെമിസ്ട്രിയും ആയിരുന്നു. പക്ഷെ എനിക്ക് കോളേജിൽ കിട്ടിയത് കച്ചവടത്തെ കുറിച്ച് പഠിക്കാനായിരുന്നു. ഞാൻ അതിൽ സന്തുഷ്ടനായിരുന്നു. ഷേക്സ്പിയറിന്റെ സോണറ്റും മറ്റും പഠിക്കുന്ന കൂട്ടത്തിൽ കച്ചവടത്തിന്റെ കണക്കായ അക്കൗണ്ടൻസിയും പഠിക്കാൻ തുടങ്ങി. അങ്ങനെ മുന്നോട്ട് പോകുമ്പോഴായിരുന്നു കോഴിക്കോട് പോളിടെക്നിക്കിൽ നല്ലൊരു കോഴ്സിന് എനിക്ക് അഡ്മിഷൻ കിട്ടുന്നത്. എനിക്ക് ഇഷ്ടമുള്ള സ്ഥലമാണ് കോഴിക്കോട്; അങ്ങനെ എന്റെ ജീവിതം കോഴിക്കോട്ടേക്ക് പറിച്ചുനട്ടു. പക്ഷെ എന്റെ സ്വതവേയുള്ള ഏകനായിരിക്കാനുള്ള സ്വഭാവം അവിടെയും പ്രശ്നമായി. താമസിക്കുന്ന വീടിനടുത്തുള്ള ഒരു വായനശാലയായിരുന്നു അവിടുത്തെ ഒരാശ്വാസം. അവിടെയുള്ള ഒരുവിധം പുസ്തകങ്ങൾ ഞാൻ വായിച്ചു തീർത്തിരുന്നു.

ഹരിതവർണ്ണത്തിലുള്ള ഒരു അമ്പിന്റെ സിഗ്നൽ കണ്ടാണ് സ്വപ്നത്തിൽ നിന്നും ഉണർന്നത്; ബസ് പയ്യന്നൂർ ഡിപ്പോയിലെത്തിയിരുന്നു. പെട്ടെന്ന് മൊബൈൽ സൈലന്റ് ആക്കി ഞാൻ അവിടെ ഇറങ്ങി. അപ്പോഴാണ് രാവിലെ ഒന്നും കഴിക്കാതെയാണല്ലോ ഞാൻ വന്നത് എന്നാലോചിച്ചത്. വിശപ്പിന്റെ വിളി എന്നെ അടുത്തുള്ള ഒരു മിൽമ ബൂത്തിൽ എത്തിച്ചു. അന്യസംസ്ഥാന തൊഴിലാളികളുടെ ഒരു പട തന്നെ അവിടെയുണ്ട്; ബംഗാളിയും ഒറിയയും ഹിന്ദിയും ഒക്കെ അവിടെ അലയടിച്ചിരുന്നു. "ഒരു ചായ" എന്ന് ഞാൻ പറഞ്ഞു. കടക്കാരനായ ഷൈജുവിന് എന്നെ പരിചയമുണ്ട്, ഞാൻ മിക്കവാറും അവിടെ നിന്നും ചായ കുടിക്കാറുണ്ട്.

അതുകൊണ്ട് മറ്റുള്ളവർക്ക് കൊടുക്കുന്നതിനു മുൻപ് തന്നെ എനിക്ക് ഒരു ഗ്ലാസ് ചായ നീട്ടി; അതിന്റെ കൂടെ ഒരു പത്തലും വാങ്ങി. ചായ കുടിക്കുമ്പോൾ ഞാൻ ആ ബംഗാളികളെ കുറിച്ച് ആലോചിച്ചു. സ്വന്തം നാട്ടിൽ നിന്നും കിലോമീറ്ററുകൾ അകലെ വന്ന് എന്ത് ജോലിയും ചെയ്യുന്ന അവരെക്കുറിച്ച് എനിക്ക് അഭിമാനം തോന്നി. നമ്മൾ മലയാളികൾ ഒഴിവാക്കിയ പല ജോലികളും ഇപ്പോൾ അവരാണല്ലോ ചെയ്യുന്നത്. ചായ കുടിച്ച് അതിന്റെ പൈസ സ്കാനർ ഉപയോഗിച്ച് കൊടുത്തു. അല്ലെങ്കിലും ഇപ്പോൾ എല്ലാവരും കാശ് കൊണ്ട് നടക്കാറില്ലല്ലോ, എല്ലാവരും ഡിജിറ്റൽ ആയില്ലേ?

നേരെ ഓഫീസിലേക്ക് പോയി ഹാജർ എല്ലാം നോക്കി റെഡിയാക്കിയതിനു ശേഷം ബസ്സിന് കാത്തിരിക്കുമ്പോഴാണ് നമ്മുടെ ഒരു സഹപ്രവർത്തകന് എന്തോ അസുഖമായി ഹോസ്പിറ്റലിലാണെന്ന് കേട്ടത്. ആദ്യം അവിടെ പോകാം എന്ന് വിചാരിച്ചു. അപ്പോഴായിരുന്നു ഒരു കാസർഗോഡ് ബസ് വന്ന് അവിടെ നിന്നത്; പെട്ടെന്ന് അതിൽ കയറി നീലേശ്വരത്തിന് വിട്ടു. നീലേശ്വരം എത്തി ബസ്സിൽ നിന്നും ഇറങ്ങി കീശ തപ്പുമ്പോൾ വീടിന്റെ താക്കോൽ കാണാനില്ല! മറ്റൊരു താക്കോൽ വീടിന്റെ അകത്താണ്. എന്ത് ചെയ്യും എന്നാലോചിച്ചു അവിടെത്തന്നെ കുറച്ചുനേരം നിന്നു.

നീലേശ്വരം സ്റ്റാൻഡിൽ ഇരിക്കുമ്പോൾ "ഇനി എന്ത്?" എന്ന ചോദ്യം മുഴങ്ങി. ഞാൻ കയറിയ രണ്ടു ബസ്സുകളിൽ നിന്നും താക്കോൽ കിട്ടിയില്ല എന്ന് അനിയൻ വിളിച്ചു പറഞ്ഞപ്പോൾ ഞാൻ തളർന്നുപോയി. ഞാൻ ചായ കുടിക്കാൻ പോയ സ്ഥലത്തും ഡിപ്പോ പരിസരത്തും താക്കോൽ ഇല്ല എന്ന വിവരം നേരത്തെ കിട്ടിയിരുന്നു. ഉച്ചയാകാറായി; മകൾ ഇപ്പോഴെത്തും. അവൾക്ക് ഭക്ഷണം കഴിക്കണം, അവളെക്കൂട്ടി ഹോസ്പിറ്റലിൽ പോകണം. ഞാൻ നേരെ വീട്ടിലേക്ക് നടന്നു. വീടിനു പുറത്ത് അങ്ങനെ ഇരിക്കുമ്പോൾ മകൾ

എത്തി. അവളോട് കാര്യം പറഞ്ഞു, ഞാനും മകളും കൂടി ഡിപ്പോയിലേക്ക് പോകാമെന്ന് തീരുമാനിച്ചു. എന്തെങ്കിലും നഷ്ടപ്പെട്ടാൽ നമ്മൾ നേരത്തെ പോയ വഴിയേ പോയി അന്വേഷിക്കണ്ടേ? പക്ഷെ എനിക്ക് നഷ്ടപ്പെട്ടതൊന്നും തിരഞ്ഞുപോയിട്ടും കിട്ടിയിട്ടില്ല; ഇതും അതുപോലെയാകുമോ?

പല ചിന്തകളും മനസ്സിലൂടെ കടന്നുപോയി. മകൾ അപ്പോൾ ബസ്സിന്റെ സൈഡ് സീറ്റിലിരുന്നു റീൽസ് കാണുകയായിരുന്നു. പയ്യന്നൂരിലെത്തി ഞാൻ നേരത്തെ പോയ സ്ഥലത്തൊക്കെ പോയി നോക്കി; പക്ഷെ താക്കോൽ മാത്രം കിട്ടിയില്ല. പിന്നെ വീട്ടിലേക്ക് ബസ്സിൽ കയറി; അല്ലാതെ അവിടെ നിന്നിട്ടു കാര്യമില്ലല്ലോ.

അപ്പോഴാണ് അനിയന്റെ വിളി വരുന്നത്; ഞാൻ രാവിലെ കയറിയ ബസ്സിൽ നിന്നും താക്കോൽ കിട്ടി എന്ന കാര്യമാണ് അവൻ പറഞ്ഞത്. ഞാൻ ആ വിവരം മകളെ ധരിപ്പിച്ചു. തിരിച്ചു നീലേശ്വരം എത്തി. അപ്പോൾ സമയം 3 മണി കഴിഞ്ഞിരുന്നു. ഞാനും മകളും അതുവരെ ഒന്നും കഴിച്ചിരുന്നില്ല. അടുത്തുള്ള ഒരു ഹോട്ടലിൽ കയറി ഭക്ഷണം കഴിച്ചു. അപ്പോഴാണ് ആശുപത്രിയിൽ പോകേണ്ട കാര്യം ഓർമ്മ വന്നത്. കയ്യിൽ പൈസയില്ല, 10 രൂപ വേണം. അവിടെ പാർക്ക് ചെയ്ത ബസ്സിൽ കയറി; അതിൽ എനിക്ക് പരിചയമുള്ളൊരു ഡ്രൈവർ ആയിരുന്നു ഉണ്ടായിരുന്നത്. അവരോട് ഞാൻ കാര്യം വിവരിച്ചു. "ഒരു 10 രൂപ തന്നാൽ ഞാൻ ജി-പേ ചെയ്യാം" എന്ന് പറഞ്ഞപ്പോൾ അവർ എനിക്ക് ഒരു 10 രൂപ തന്നിട്ട് പറഞ്ഞു: "എനിക്ക് ജി-പേ ഇല്ല, ഇനി പൈസ വേറെ വേണോ?" സഹജീവികളെ ഇതുപോലെ സ്നേഹിക്കുന്നവർ വേറെയുമുണ്ടെന്ന് എനിക്ക് മനസ്സിലായി.

നേരെ ആശുപത്രിയിൽ പോയി ഡോക്ടറെ കാണിച്ചു മരുന്നും വാങ്ങി വീട്ടിൽ എത്തുമ്പോഴേക്കും ഇളയ മകൾ എത്തിയിരുന്നു. പിന്നെ

രണ്ടുപേരെയും കൂട്ടി ഞാൻ ഇളയ മകൾക്ക് എന്തെങ്കിലും വാങ്ങി കൊടുക്കാൻ ഹോട്ടലിലേക്ക് പോയി. നമ്മൾ മൂന്നുപേരും അപ്പോൾ തമാശകൾ പറഞ്ഞു ചിരിച്ചുകൊണ്ടായിരുന്നു നടന്നത്. കുറച്ചു മുൻപ് വരെ ഉണ്ടായ വിഷമം എവിടെയോ പോയിരുന്നു. ഞാനും മക്കളും അതുപോലെ ഒന്നിച്ചു പുറത്തിറങ്ങിയിട്ട് കുറച്ചു കാലമായിരുന്നു; ഇന്നിപ്പോൾ അതിനൊരവസരമായി. ചായയും കുടിച്ച് അടുത്തുള്ള അമ്പലത്തിന് സമീപം നടക്കുന്ന ഗീതാ ജ്ഞാനയജ്ഞം നടക്കുന്ന വേദിയിലേക്ക് പോയി. കുറച്ചു സമയം അവിടെ ഇരുന്നതിന് ശേഷം നേരെ റെയിൽവേ സ്റ്റേഷനിലേക്ക് പോയി.

7 മണിയാകുമ്പോൾ ഭാര്യ സ്റ്റേഷനിൽ എത്തും, അതുകൊണ്ട് കൂടിയാണ് അങ്ങോട്ട് പോയത്. അവിടുത്തെ സിമന്റ് ബെഞ്ചിലിരുന്ന് നമ്മൾ പലതും പറഞ്ഞു ചിരിച്ചുകൊണ്ടിരുന്നു. പരിസരം മറന്നുകൊണ്ടുള്ള ചിരിയും പറച്ചിലും തീവണ്ടി വരുന്നത് വരെ നീണ്ടു. ഭാര്യ എത്തിയതിനു ശേഷം അവരെ മൂന്നുപേരെയും കൂട്ടി വീട്ടിലേക്ക് പോയി.

രാവിലെ മാനന്തവാടി പോയ ബസ് തിരിച്ചു നീലേശ്വരം എത്തിയപ്പോൾ സമയം 8 മണി കഴിഞ്ഞിരുന്നു. താക്കോൽ വാങ്ങി കണ്ടക്ടർക്ക് നന്ദിയും പറഞ്ഞ് ഞാൻ വീട്ടിലേക്ക് നടന്നു.

ചോതി നക്ഷത്രത്തിലെ ദേവത

ഹരിയുടെ ഫോൺ നിർത്താതെ ബെല്ലടിക്കുന്നത് കേട്ടാണ് നാണി ഉണർന്നത്. നോക്കുമ്പോൾ മാഷുടെ കോളായിരുന്നു; നാലഞ്ചു മിസ്സ് കോളുകൾ വേറെയും ഉണ്ടായിരുന്നു. പെട്ടെന്ന് ഫോണെടുത്ത് നാണി മാഷെ വിളിച്ചു. മുസ്തഫയുടെ മകളുടെ ഒന്നാം പിറന്നാളിന് പോകണ്ടേ എന്ന ചോദ്യം കേട്ടപ്പോൾ നാണി ഒരു വർഷം പുറകിലേക്ക് മനസ്സിനെ കൊണ്ടുപോയി.

എന്തൊക്കെ കാര്യങ്ങളാണ് സംഭവിച്ചത്! എന്റെയും ഹരിയുടെയും മുസ്തഫയുടെയും ജീവിതത്തിൽ ഏറ്റവും വലിയ മാറ്റങ്ങളാണ് ഉണ്ടായത്. എന്റെ ജീവിതത്തിലേക്ക് ഹരി കടന്നുവന്നു; ഞങ്ങളുടെ കല്യാണം കഴിഞ്ഞു. ഞാനിപ്പോൾ മൂന്ന് മാസം ഗർഭിണിയാണ്. ഹരി ഇപ്പോൾ പഴയപോലെ "വൃത്തി രാക്ഷസൻ" അല്ല, പക്ഷെ മറ്റുള്ളവരെ സഹായിക്കുന്ന സ്വഭാവം അവൻ നിർത്തിയിട്ടില്ല.

പിന്നെ ഇപ്പോൾ ഓഫീസിൽ കുറെ ഫ്രണ്ട്സുമായി. അവരെല്ലാവരും കൂടി ഒരു വിദേശ ടൂർ കഴിഞ്ഞ് ഇന്ന് പുലർച്ചെയാണ് വന്നത്. എന്നെയും വിളിച്ചതാണ്, പക്ഷെ എന്റെ ഇപ്പോഴത്തെ സാഹചര്യത്തിൽ യാത്ര നല്ലതല്ല എന്ന ഡോക്ടറുടെ നിർദ്ദേശം ഉള്ളതിനാലാണ് ഞാൻ പോകാതിരുന്നത്. മുസ്തഫ ഇടയ്ക്ക് വിളിക്കാറുണ്ട്. അവന് ഇപ്പോൾ ഗൾഫിൽ സ്വന്തം ബിസിനസ്സാണ്. മകളുടെ പിറവിയോടെ തന്റെ നല്ല കാലം തുടങ്ങി എന്ന് വിളിക്കുമ്പോഴൊക്കെ അവൻ പറയും. അല്ലെങ്കിലും ഒരു മകൾ എപ്പോഴും അച്ഛന്മാർക്ക് നല്ല കാലം കൊണ്ടല്ലേ വരുന്നത്?

ടീച്ചർ മരിച്ചതിനുശേഷം മാഷ് ഇപ്പോൾ അധികം എവിടെയും യാത്ര ചെയ്യാറില്ല. നമ്മുടെ കല്യാണത്തിന് വന്നതിനുശേഷം മാഷെ കാണാൻ പറ്റിയില്ല. ഹരി ഇപ്പോഴും തിരക്കിലാണ്, എന്റെ കാര്യവും അതുപോലെ തന്നെ. മാഷുടെ കാര്യം വിചാരിക്കുമ്പോൾ എനിക്ക് ആശ്ചര്യം തോന്നാറുണ്ട്; ഒരു നാട്ടിലുള്ള എല്ലാവർക്കും വേണ്ടി ഇങ്ങനെ ഓടി നടന്നു കാര്യങ്ങൾ ചെയ്യാൻ എങ്ങനെ സാധിക്കുന്നു? എനിക്ക് ഇവിടെ ഹരിയുടെ കാര്യം തന്നെ നോക്കാൻ കഴിയുന്നില്ല. സിദ് എഫ്.എമ്മിലെ ജോലി വിട്ട്, അവിടെയുണ്ടായിരുന്ന തന്റെ കൂട്ടുകാരിയെ അവൻ കല്യാണം കഴിച്ചു; അവർ ഇപ്പോൾ ഗൾഫിൽ സെറ്റിലായി. അമ്മയും അച്ഛനും വീട്ടിൽ തന്നെയുണ്ട്. അമ്മയ്ക്കാണെങ്കിൽ വീട്ടിലെ കാര്യം ഒന്നും നോക്കാൻ സമയം

കിട്ടാറേയില്ല, കോടതിയും കേസുമായി അങ്ങനെ പോകുന്നു. അച്ഛനാണെങ്കിൽ വായനയുടെ ലോകത്തുതന്നെ. അതുകൊണ്ട് ഞാൻ ഇപ്പോൾ 'വർക്ക് ഫ്രം ഹോം' ആണ് പ്രിഫർ ചെയ്യുന്നത്.

അപ്പോഴേക്കും ഹരി ഉണർന്നു. ചായ കൊടുത്തുകൊണ്ട് മാഷ് വിളിച്ച കാര്യം പറഞ്ഞു. പിന്നെ ഹരിയേയും കൂട്ടി അടുത്തുള്ള ഒരു ജ്വല്ലറിയിൽ പോയി മുസ്തഫയുടെ മകൾക്ക് കൊടുക്കാൻ വേണ്ടി ഒരു മാല വാങ്ങി. കന്നി രാശിയിൽ ചോതി നക്ഷത്രത്തിലാണ് അവളുടെ ജനനം. മാഷ് അന്ന് തന്നെ മുസ്തഫയോട്, "നിന്റെ നല്ല കാലം തുടങ്ങുന്നു" എന്ന് പറഞ്ഞതാണ്.

ഹരിക്കിപ്പോൾ കാർ ഡ്രൈവിംഗ് ഒരു ഹരമായതിനാൽ കാറിൽ തന്നെ പോകാം എന്ന് തീരുമാനിച്ചു. ഗുരുവായൂർ അമ്പലത്തിന്റെ തെക്കേ നടയ്ക്കു സമീപമുള്ള ഗോകുലം വനമാലയുടെ പോർച്ചിലേക്ക് വണ്ടി പാർക്ക് ചെയ്തു. ഓണക്കാലമായതിനാൽ അമ്പലത്തിൽ നല്ല തിരക്ക്. നിർമ്മാല്യവും വാകച്ചാർത്തും തൊഴുത് റൂമിലെത്തുമ്പോൾ മാഷുടെ മിസ്സ് കോൾ കണ്ടു. മാഷ് ഗുരുവായൂരിൽ ഉണ്ടെന്ന് അപ്പോഴാണ് അറിഞ്ഞത്. ടീച്ചറുടെ പിറന്നാൾ ദിവസമാണ് ഇന്ന്; വർഷങ്ങൾക്കു ശേഷം ഒരു അമ്പലത്തിൽ പോയാൽ അത് സ്വന്തം സഹധർമ്മിണിക്ക് വേണ്ടി അല്ലേ? ഹരിയേയും കൂട്ടി അവിടെ നിന്ന് മാഷുടെ അടുത്തേക്ക് പോയി. മൂന്ന് പേരും കൂടി പ്രഭാത ഭക്ഷണവും കഴിച്ച് ചാവക്കാടുള്ള മുസ്തഫയുടെ വീട് ലക്ഷ്യമാക്കി നീങ്ങി.

മാഷ് പഴയപോലെ സംസാരമില്ല; പാതി നഷ്ടപ്പെട്ടതിന്റെ വേദന ഉള്ളിലുണ്ടല്ലോ. "ഞാനും ഹരിയും മക്കളെപ്പോലെ മാഷുടെ കൂടെ എപ്പോഴും ഉണ്ടാകും" എന്ന് മാഷോട് പറഞ്ഞു. അത് മാഷിന് വലിയ ആശ്വാസമായി തോന്നി. കുറച്ചു ദൂരം ചെന്നപ്പോൾ ഹരി പെട്ടെന്ന് വണ്ടി സൈഡിലുണ്ടായിരുന്ന ഒരു ആൽമരത്തിനു സമീപം നിർത്തി. ഡോർ തുറന്ന് പുറത്തിറങ്ങി. എന്താണ് കാര്യം എന്നറിയാതെ പകച്ചു

ഞാൻ പുറത്തിറങ്ങിയപ്പോൾ ആ വണ്ടി എന്റെ ശ്രദ്ധയിൽപ്പെട്ടു. അത് നമ്മുടെ വ്യോമകേഷിന്റെ വണ്ടിയല്ലേ! ഞാൻ ഈ ലോകത്തിൽ കണ്ട ഏറ്റവും സന്തോഷവാന്മാരായ ദമ്പതികൾ അവരല്ലേ? "മാഷേ..." എന്ന് വിളിച്ചുകൊണ്ട് വ്യോമകേഷ് അടുത്തേക്ക് വന്നു. മുസ്തഫയുടെ മകളുടെ പിറന്നാളിന് പോവുകയാണ് എന്ന് പറഞ്ഞപ്പോൾ അവരും നമ്മുടെ കൂടെക്കൂടി. അന്നത്തെ ഹർത്താൽ ദിവസത്തിന് ശേഷം ഇന്ത്യയുടെ പല ഭാഗത്തും കറങ്ങി, ഇപ്പോൾ ഈ ഓണക്കാലത്ത് അവർ കേരളത്തിൽ എത്തിയത്.

മുസ്തഫയുടെ വീട്ടിൽ എത്തുമ്പോൾ വലിയ ആൾക്കൂട്ടം ഒന്നും ഉണ്ടായിരുന്നില്ല; അടുത്തുള്ള ബന്ധുക്കളും കുറച്ചു സുഹൃത്തുക്കളും മാത്രമേ ഉണ്ടായിരുന്നുള്ളൂ. നമ്മളെ കണ്ടപ്പോൾ മുസ്തഫ ഓടി അടുത്ത് വന്നു, കല്യാണത്തിന് പങ്കെടുക്കാൻ പറ്റാത്തതിലുള്ള വിഷമം അറിയിച്ചു. ഞാൻ പെട്ടെന്ന് അകത്തേക്ക് കയറിപ്പോയി. മകളെ എടുത്ത് ഞാൻ അതിനെ കൊഞ്ചിച്ചിരിക്കുമ്പോൾ മാഷ് എന്നോട് വന്നു പറഞ്ഞു: "കുറച്ചു മാസങ്ങൾക്കുള്ളിൽ നിനക്ക് ഇതുപോലെയുള്ള ഒരു ദേവതയെ കിട്ടും." പിന്നെ, "മുസ്തഫയുടെ മകൾ എന്റെ ടീച്ചറുടെ പുനർജന്മമല്ലേ എന്നെനിക്ക് തോന്നാറുണ്ട്" എന്നും പറഞ്ഞപ്പോൾ സങ്കടവും സന്തോഷവും തോന്നി. വാങ്ങി കൊണ്ടുവന്ന മാല മകൾക്ക് അണിയിച്ചു കൊടുത്തു. കുട്ടിയെ മുസ്തഫയുടെ കയ്യിൽ ഏൽപ്പിച്ചു.

ഇളം ആടിന്റെ ഇറച്ചി കൊണ്ട് ഉണ്ടാക്കിയ ബിരിയാണിയും കഴിച്ച്, ഞാനും ഹരിയും മാഷെയും കൂട്ടി നേരെ വണ്ടിയുടെ അടുത്തേക്ക് പോയി.

ചൊവ്വാ ദോഷം | : ട്രാഫിക് സംസ്കാരം

ഇന്ന് മുതൽ ഞാൻ എന്റെ ബ്ലോഗെഴുത്ത് തുടങ്ങുകയാണ്. പേര് 'ചൊവ്വാ ദോഷം'. ഓരോ ചൊവ്വാഴ്ചകളിലും നമ്മുടെ സമൂഹത്തിൽ

ഞാൻ കാണുന്ന ചില 'ദോഷങ്ങളെ' കുറിച്ച് സംസാരിക്കാനാണ് എന്റെ ഉദ്ദേശം. ഈ ആഴ്ചത്തെ വിഷയം നമ്മുടെ ട്രാഫിക് സംസ്കാരം തന്നെയാണ്.

ഒരു കണ്ടക്ടർ എന്ന നിലയിലും ഒരു കാർ ഡ്രൈവർ എന്ന നിലയിലുമുള്ള എന്റെ ചിന്തകളാണ് ഞാൻ ഇവിടെ പങ്കുവെക്കുന്നത്. ഇത് എന്റെ മാത്രം അഭിപ്രായമാണ്, നിങ്ങൾക്ക് ഇതിനോട് യോജിക്കാം അല്ലെങ്കിൽ എതിർക്കാം.

1. നിയമം അറിയില്ലെന്നത് ഒരു ലൈസൻസല്ല!

പുതിയ ദേശീയ പാതയുടെ പണി ഏകദേശം കഴിയാറായി. ഒന്നോ രണ്ടോ വർഷം കഴിയുന്നതോടെ വണ്ടികൾക്ക് അതിലൂടെ പൂർണ്ണമായി ഓടാം. കുറച്ചു നാളുകളെങ്കിലും സർക്കാരിന് പിഴയിനത്തിൽ നല്ലൊരു തുക കിട്ടും എന്ന കാര്യത്തിൽ എനിക്ക് സംശയമില്ല. കാരണം നമ്മുടെ ട്രാഫിക് സംസ്കാരം പലപ്പോഴും നമ്മുടെ ഇഷ്ടത്തിന് അനുസരിച്ചാണല്ലോ! "ഞാൻ പോകുന്നത് മാത്രം ശരി, ബാക്കി എല്ലാവരും റൂൾ തെറ്റിക്കുന്നു" എന്നാണ് പലരുടെയും ചിന്ത. കനത്ത പിഴ വരുമ്പോൾ നമ്മൾ പേടിച്ച് നിയമം പാലിച്ചു തുടങ്ങുമായിരിക്കും.

2. മറ്റുള്ളവരുടെ സഞ്ചാര സ്വാതന്ത്ര്യം

പല ബസുകാരും പ്രൈവറ്റ് വണ്ടിക്കാരും റോഡിലിറങ്ങി ഓടിക്കുന്നത് കണ്ടാൽ സങ്കടം തോന്നും. ബസ് സ്റ്റോപ്പിൽ വണ്ടി നിർത്തുമ്പോൾ പുറകിലെ വണ്ടികൾക്ക് കടന്നുപോകാൻ സ്ഥലം കൊടുക്കാതെ റോഡിന് നടുവിൽ തന്നെ നിർത്തുന്ന എത്രയോ ഡ്രൈവർമാരുണ്ട്! "ഞാൻ പോയതിനു ശേഷം ബാക്കിയുള്ളവർ പോയാൽ മതി" എന്ന ചിന്ത എവിടുന്ന് വരുന്നു? ഇതേ ആളുകൾ തന്നെ മറ്റു വണ്ടികളിൽ യാത്ര ചെയ്യുമ്പോൾ സൈഡ് ഒതുക്കാത്ത ഡ്രൈവർമാരെ ചീത്ത വിളിക്കാറുമുണ്ട്.

"Ignorance of law is not an excuse" എന്ന് കേട്ടിട്ടില്ലേ? നിയമത്തെക്കുറിച്ചുള്ള അറിവില്ലായ്മ നിയമം ലംഘിക്കാനുള്ള ലൈസൻസല്ല. പക്ഷെ ഇവിടെ പലരും അറിഞ്ഞുകൊണ്ട് തന്നെയാണ് ലംഘിക്കുന്നത്.

3. അശ്രദ്ധയുടെ ആറുവരിപ്പാതകൾ

ചില ചെറിയ വണ്ടിക്കാർ പുറകിലെ വണ്ടികളെ ശ്രദ്ധിക്കാതെ പെട്ടെന്ന് 'യൂ ടേൺ' എടുക്കുന്നു. അപകടം സംഭവിക്കാത്തത് പുറകിലെ വണ്ടിക്കാരന്റെ ജാഗ്രത കൊണ്ട് മാത്രമാണ്.

പോക്കറ്റ് റോഡുകളിൽ നിന്ന് മെയിൻ റോഡിലേക്ക് ഇടത്തും വലത്തും നോക്കാതെ പാഞ്ഞു കയറുന്നവർ.

ലൈസൻസ് എടുക്കാൻ നേരത്ത് മാർക്കിന് വേണ്ടി മാത്രം പഠിച്ച കാര്യങ്ങൾ ആരെങ്കിലും റോഡിൽ നടപ്പിലാക്കുന്നുണ്ടോ? ആ നിയമങ്ങൾ മറ്റുള്ളവരുടെ സുരക്ഷിതത്വം കൂടി ഉറപ്പുവരുത്താൻ വേണ്ടിയുള്ളതല്ലേ?

4. പൊരുത്തക്കേടുകൾ

പല വെയ്റ്റിംഗ് ഷെഡിന്റെയും മുന്നിൽ സീബ്രാ ലൈനുകൾ കാണാം. അതിന്റെ ഉദ്ദേശം എത്ര ആലോചിച്ചിട്ടും പിടി കിട്ടുന്നില്ല. സീബ്രാ ലൈനിൽ വണ്ടി നിർത്തിയാൽ പിഴയാണ്, അപ്പോൾ ബസ് എവിടെ നിർത്തണം? ചിലയിടങ്ങളിൽ ബസ് സ്റ്റോപ്പിന് ചുറ്റും ഓട്ടോ സ്റ്റാൻഡ് ആയിരിക്കും, അവിടെ ബസ് നിർത്താൻ അവർ സമ്മതിക്കുകയുമില്ല.

വാരമധ്യ ചിന്തകൾ: യുദ്ധക്കനലിൽ ഉരുകുന്ന സാധാരണക്കാരന്റെ ജീവിതം

"മധ്യം" ഈ വാക്ക് കേൾക്കുമ്പോൾ പണ്ട് മനസ്സ് തിരഞ്ഞിരുന്നത് സമാധാനപരമായ മധ്യമാർഗ്ഗങ്ങളായിരുന്നു. എന്നാൽ ഇന്ന് വാരമധ്യത്തിൽ ഇരുന്നു ചിന്തിക്കുമ്പോൾ 'മധ്യം' എന്ന വാക്ക് നമ്മെ കൊണ്ടുചെന്നെത്തിക്കുന്നത് കത്തുന്ന മദ്ധ്യേഷ്യയിലേക്കാണ് (Middle East). ലോകം ഇന്ന് രണ്ട് ചേരികളായി തിരിഞ്ഞ് ആര് ശരി, ആര് തെറ്റ് എന്ന് തർക്കിക്കുമ്പോൾ, ആ അലയൊലികൾ നമ്മുടെ കൊച്ചു കേരളത്തിലെ അടുക്കളകളിലും ആശങ്കയുടെ കരിനിഴൽ വീഴ്ത്തുന്നു.

യുദ്ധം: ചോര വീഴുന്ന കച്ചവടം

മനുഷ്യത്വം മരവിക്കുന്ന കാഴ്ചകൾക്കിടയിലും യുദ്ധം ചിലർക്ക് വെറുമൊരു 'ബിസിനസ്' മാത്രമാണ്. കോടിക്കണക്കിന് ഡോളറിന്റെ ആയുധക്കച്ചവടം, മിസൈലുകൾ, പ്രതിരോധ സംവിധാനങ്ങൾ... തകരുന്നത് കെട്ടിടങ്ങൾ മാത്രമല്ല, മനുഷ്യന്റെ സമാധാനം കൂടിയാണ്. പക്ഷേ, ഈ തകർച്ചയ്ക്ക് ശേഷമുള്ള 'പുനർനിർമ്മാണ' പ്രവൃത്തികൾ പോലും വമ്പൻ കമ്പനികൾക്ക് ലാഭകരമായ കരാറുകളായി മാറുന്നു. യുദ്ധം നിലനിൽക്കേണ്ടത് ആരുടെയൊക്കെയോ സാമ്പത്തിക താല്പര്യമാണോ എന്ന് തോന്നിപ്പോകുന്ന അവസ്ഥ!

പ്രവാസിയും പ്രത്യാഘാതങ്ങളും

മലയാളിയെ സംബന്ധിച്ചിടത്തോളം മിഡിൽ ഈസ്റ്റ് എന്നത് വെറുമൊരു ഭൂപ്രദേശമല്ല, നമ്മുടെ ജീവിതരക്തമാണ്. മദ്ധ്യേഷ്യയിൽ ഒരു വെടിപൊട്ടുമ്പോൾ അതിന്റെ ആഘാതം അനുഭവിക്കുന്നത് ഇവിടെ നാട്ടിലിരിക്കുന്ന പ്രവാസി കുടുംബങ്ങളാണ്.

തൊഴിൽ പ്രതിസന്ധി : യുദ്ധം വ്യാപിച്ചാൽ ഗൾഫ് മേഖലയിലെ നിർമ്മാണ-സേവന മേഖലകൾ നിശ്ചലമാകും. ഇത് പ്രവാസികളുടെ വരുമാനത്തെ നേരിട്ട് ബാധിക്കും.

വിലക്കയറ്റത്തിന്റെ ഭീഷണി : നിലവിൽ എണ്ണവിലയിൽ വലിയ മാറ്റം പ്രകടമല്ലെങ്കിലും, യുദ്ധം നീണ്ടുപോയാൽ അന്താരാഷ്ട്ര വിപണിയിൽ ക്രൂഡ് ഓയിൽ വില കുതിച്ചുയരും.

വരുമാനം നിലയ്ക്കുന്നു, ചിലവ് കൂടുന്നു

സാധാരണക്കാരന്റെ ഏറ്റവും വലിയ പേടി 'വിലക്കയറ്റം' തന്നെയാണ്. ഇന്ധനവില കൂടിയാൽ നിത്യോപയോഗ സാധനങ്ങളുടെ വില കുതിക്കും. പാചകവാതകം ഉൾപ്പെടെയുള്ളവയ്ക്ക് ക്ഷാമം നേരിട്ടേക്കാം. ഒരു വശത്ത് ജോലി നഷ്ടപ്പെടുമോ എന്ന ഭീതിയും മറുവശത്ത് കുതിച്ചുയരുന്ന ജീവിതച്ചെലവും സാധാരണക്കാരൻ ഇന്ന് ഒരു ആഗോള സാമ്പത്തിക ചക്രവ്യൂഹത്തിൽ അകപ്പെട്ടിരിക്കുകയാണ്.

ഉപസംഹാരം:

ആയുധം വിൽക്കുന്നവനും യുദ്ധം നയിക്കുന്നവനും സുരക്ഷിതരായിരിക്കുമ്പോൾ, പട്ടിണിയിലാകുന്നത് ലോകത്തിന്റെ പല ഭാഗങ്ങളിലായി പണിയെടുക്കുന്ന സാധാരണക്കാരാണ്. ഈ വാരമധ്യത്തിൽ നമ്മുടെ പ്രാർത്ഥനയും ചിന്തയും സമാധാനത്തിന് വേണ്ടിയാകട്ടെ. കാരണം, യുദ്ധം ആർക്കും ഗുണം ചെയ്യില്ല, ആയുധക്കച്ചവടക്കാർക്കൊഴികെ.

വാരമധ്യ ചിന്തകൾ: കുട്ടി ക്രിക്കറ്റ്, സെമി പോരാട്ടം, പിന്നെ കോടികളുടെ കളി!

ക്രിക്കറ്റ് മാമാങ്കം അതിന്റെ ക്ലൈമാക്സിലേക്ക് കടക്കുകയാണ്. ഇനി കളം നിറയാൻ പോകുന്നത് നാല് ടീമുകൾ മാത്രം. ആദ്യ സെമിയിൽ

ഏറ്റുമുട്ടുന്നത് ലോകക്രിക്കറ്റിലെ 'നിർഭാഗ്യവാന്മാർ' എന്ന് വിശേഷിപ്പിക്കപ്പെടുന്ന സൗത്ത് ആഫ്രിക്കയും ന്യൂസിലൻഡും (കിവീസ്).

എന്റെ പ്രിയപ്പെട്ട ക്യാപ്റ്റൻ ഹാൻസി ക്രോണിയുടെ ദക്ഷിണാഫ്രിക്കയെ ഓർക്കാതെ എങ്ങനെ ഈ സെമി കാണും? ഒരുകാലത്ത് ക്രിക്കറ്റ് ലോകം ആരാധിച്ചിരുന്ന, പിന്നീട് കോഴ വിവാദത്തിന്റെ നിഴലിൽ വീണുപോയ ആ രക്തസാക്ഷിയുടെ ടീമിനോട് ഇപ്പോഴും ഒരു പ്രത്യേക ഇഷ്ടമുണ്ട്. മറുവശത്ത്, തങ്ങളുടെ കറുത്ത കുപ്പായത്തിൽ പോരാട്ടവീര്യം ഒളിപ്പിച്ചുവെക്കുന്ന കിവീസും. ആര് ജയിച്ചാലും ചരിത്രമാകും.

രണ്ടാം സെമിയിൽ പോരാട്ടം പുതിയ ഇന്ത്യയും ഇംഗ്ലണ്ടും തമ്മിലാണ്. കപ്പിനും ചുണ്ടിനും ഇടയിൽ കിരീടം പലപ്പോഴും നഷ്ടപ്പെടുത്തിയിട്ടുള്ളവർ. ആവേശത്തിന് ഒട്ടും കുറവുണ്ടാകില്ലെന്ന് ഉറപ്പ്.

കളി രാജ്യത്തിന് വേണ്ടിയോ, പണത്തിന് വേണ്ടിയോ?

ഈ പോരാട്ടങ്ങൾക്കിടയിലും ഒരു വലിയ സത്യം അവശേഷിക്കുന്നുണ്ട്—ഇത് വെറും കളിയല്ല, കോടികളുടെ ബിസിനസ്സ് ആണ്. ടീമുകൾ ജയിച്ചാലും തോറ്റാലും അവർക്ക് കിട്ടുന്ന പണത്തിന് ഒരു കുറവുമില്ല. "ആന ജീവിച്ചാലും ചെരിഞ്ഞാലും പത്ത് ലക്ഷം" എന്ന് പറയുന്നത് പോലെയാണ് ഇന്നത്തെ ക്രിക്കറ്റ് താരങ്ങളുടെ അവസ്ഥ. രാജ്യത്തിനുവേണ്ടിയുള്ള പോരാട്ടം എന്നതിലുപരി, സ്പോൺസർഷിപ്പും ബിസിനസ്സും നിയന്ത്രിക്കുന്ന ഒരു വമ്പൻ വിപണിയായി ക്രിക്കറ്റ് മാറിക്കഴിഞ്ഞു.

പണ്ട് മനോയുടെയും രഞ്ജന്റെയും പിതാവ് എന്ന് പറഞ്ഞു കൊണ്ട് തുടങ്ങിയ 'മനോരഞ്ജൻ കി ബാപ്' ശൈലിയിൽ ഇന്ന് ക്രിക്കറ്റും

കേവലം ഒരു വിനോദോപാധി (Entertainment) മാത്രമായി ചുരുങ്ങിപ്പോയോ എന്ന് ചിന്തിക്കേണ്ടിയിരിക്കുന്നു. പണക്കൊഴുപ്പിനിടയിൽ കളിയോടുള്ള ആ പഴയ ആത്മാർത്ഥത എവിടെയോ നഷ്ടപ്പെടുന്നത് പോലെ!

പരീക്ഷാക്കാലത്തെ ഗുരുവാര ചിന്തകൾ: 210-ൽ നിന്ന് സ്വപ്നങ്ങളിലേക്ക്

ഇന്ന് ഒരു വ്യാഴാഴ്ച. വിദ്യയുടെയും അറിവിന്റെയും അധിപനായ ഗുരുവിന്റെ ദിവസം. വിദ്യാലയങ്ങളിൽ പരീക്ഷാ ചൂട് തുടങ്ങുകയാണ്. ഇത്തവണ എസ്.എസ്.എൽ.സി പരീക്ഷ ആരംഭിക്കുന്നത് ഒരു വ്യാഴാഴ്ചയാണെന്നത് ഏറെ ശുഭകരമായ ഒരു കാര്യമാണ്. നല്ലൊരു തുടക്കം പകുതി വിജയമാണല്ലോ.

ഈ പരീക്ഷാക്കാലം എന്നെ കൂട്ടിക്കൊണ്ടുപോകുന്നത് പഴയൊരു ബുധനാഴ്ചയിലേക്കാണ്. അന്ന് പരീക്ഷ തുടങ്ങുന്നത് ബുധനാഴ്ചയും അവസാനിക്കുന്നത് അടുത്ത ബുധനാഴ്ചയുമായിരുന്നു. ഇന്നത്തെപ്പോലെയല്ല, ഒരു ദിവസം തന്നെ രണ്ട് പരീക്ഷകൾ! മലയാളത്തിൽ തുടങ്ങി കണക്കിൽ അവസാനിക്കുന്ന ആ പരീക്ഷണകാലം. അന്ന് ആ പരീക്ഷാ ഹാളുകളിൽ 210 മാർക്കിനായി പൊരുതിയ ആ പഴയ തലമുറ ഇന്ന് ജീവിതത്തിന്റെ വിവിധ മേഖലകളിൽ വിജയക്കൊടി പാറിച്ചു മുന്നേറുകയാണ്.

"ഞാനോ...?" എന്നൊരു ചോദ്യം ഒരുപക്ഷേ നമ്മുടെ ഉള്ളിൽ ഉയർന്നേക്കാം. പക്ഷേ ഓർക്കുക, പരീക്ഷാ പേപ്പറിലെ മാർക്കുകളല്ല ഒരാളുടെ ജീവിതവിജയം നിശ്ചയിക്കുന്നത്.

നമ്മുടെ പ്രിയപ്പെട്ട കലാം സാർ പറഞ്ഞതുപോലെ, "ഉറക്കത്തിൽ കാണുന്നതല്ല സ്വപ്നം, നമ്മെ ഉറങ്ങാൻ അനുവദിക്കാത്തതാണ് സ്വപ്നം." പരീക്ഷയിലെ ജയപരാജയങ്ങൾക്കപ്പുറം, ആ

സ്വപ്നങ്ങൾക്ക് പിന്നാലെ പായാനുള്ള കരുത്താണ് നാം ആർജിക്കേണ്ടത്. ഒരു ലക്ഷ്യത്തിനായി നാം ആത്മാർത്ഥമായി പരിശ്രമിക്കുകയാണെങ്കിൽ, ആ സ്വപ്നം യാഥാർത്ഥ്യമാക്കാൻ ഈ പ്രപഞ്ചം മുഴുവൻ നമ്മോടൊപ്പം നിൽക്കും.

പരീക്ഷയെഴുതുന്ന എല്ലാ കൂട്ടുകാർക്കും പ്രാർത്ഥനകൾ. തോൽവികളെ ഭയക്കാതെ, വലിയ സ്വപ്നങ്ങൾ കണ്ട്, അതിനായി കഠിനാധ്വാനം ചെയ്യാൻ ഈ ഗുരുവാരം നമുക്ക് പ്രചോദനമാകട്ടെ.

മാറ്റിനി: ഡോൺ ലീ എന്ന കരുത്തിന്റെ പര്യായം!

കൊറിയൻ സിനിമകളെ സ്നേഹിക്കുന്നവർക്ക് 'ഡോൺ ലീ' അഥവാ മാ ഡോങ് സിയോക് (Ma Dong-seok) വെറുമൊരു നടനല്ല, അതൊരു വികാരമാണ്. അദ്ദേഹത്തിന്റെ ഗംഭീര ആക്ഷൻ സിനിമകളിൽ എനിക്ക് ഏറ്റവും പ്രിയപ്പെട്ട ഒന്നാണ് 'The Gangster, The Cop, The Devil'.

മൂന്ന് തലങ്ങൾ, ഒരു പോരാട്ടം

ഈ സിനിമയുടെ പേര് സൂചിപ്പിക്കുന്നത് പോലെ തന്നെ മൂന്ന് വ്യക്തിത്വങ്ങളെ ചുറ്റിയാണ് കഥ നടക്കുന്നത്. ഇതിൽ 'ദി ഡെവിൾ' ആയി എത്തിയ സൈക്കോപാത്ത് കൊലയാളി കിം സുങ് ക്യൂ വിറപ്പിക്കുന്ന പ്രകടനമാണ് കാഴ്ചവെച്ചത്. പോലീസുകാരനായി വന്ന കിം മു ഇയോൾ മികച്ച രീതിയിൽ തന്റെ വേഷം ചെയ്തെങ്കിലും, സിനിമയുടെ യഥാർത്ഥ 'ഷോ സ്റ്റീലേഴ്സ്' ഡോൺ ലീയും ആ വില്ലനുമാണ്. ഒരു ഗ്യാങ്സ്റ്റർ ബോസ് എന്ന നിലയിൽ ഡോൺ ലീയുടെ പരകായപ്രവേശം അവിസ്മരണീയമാണ്.

ട്രെയിൻ ടു ബുസാൻ മുതൽ വില്ലൻ വരെ

ഭൂരിഭാഗം മലയാളികളെയും പോലെ ഞാനും ആദ്യമായി ഡോൺ ലീയെ കാണുന്നത് 'Train to Busan' എന്ന സോംബി

ചിത്രത്തിലൂടെയാണ്. ഗർഭിണിയായ തന്റെ ഭാര്യയെ രക്ഷിക്കാൻ സോംബികളെ വെറുംകൈ കൊണ്ട് നേരിടുന്ന ആ മനുഷ്യനോട് അന്ന് തുടങ്ങിയതാണ് ആരാധന.

ഈ അടുത്തിടെ നമ്മുടെ ലാലേട്ടന്റെ 'വൃഷഭ' എന്ന സിനിമയിൽ ഡോൺ ലീ എത്തുന്നു എന്ന വാർത്തകൾ കേട്ടപ്പോൾ ശരിക്കും ആവേശം തോന്നിയിരുന്നു. ഒരു ഇന്ത്യൻ നടനോട് തോന്നുന്ന അത്രയും അടുപ്പവും ആരാധനയുമാണ് ഈ കൊറിയൻ താരത്തോട് എനിക്കുള്ളത്.

മുഖം മാറുമ്പോഴും മാറാത്ത സ്നേഹം

കാണുമ്പോൾ എപ്പോഴും ദേഷ്യക്കാരനായി തോന്നുമെങ്കിലും, ഡോൺ ലീയുടെ അഭിനയത്തിലും ആക്ഷനിലും ഒരു പ്രത്യേക മാതൃകയുണ്ട്. ഓരോ ഇടിയിലും ഓരോ ഡയലോഗിലും അദ്ദേഹം കൊണ്ടുവരുന്ന ആ 'റോ' എനർജി ആരെയും ആകർഷിക്കുന്നതാണ്. ശരിക്കും ആക്ഷൻ സിനിമകളുടെ രാജാവ് എന്ന് അദ്ദേഹത്തെ വിളിക്കാം.

മകന്റെ കുട്ടിയുടെ ചോറൂണിന് ഗുരുവായൂരിൽ വന്നതാണ് ഗാഥ. നീണ്ട മൂന്ന് വ്യാഴവട്ടക്കാലത്തിന് ശേഷമാണ് അവൾ ഇന്ത്യയിലെത്തുന്നത്. അല്ലെങ്കിലും ഓർക്കാൻ നല്ലതൊന്നുമല്ലല്ലോ ഇവിടെനിന്നും കിട്ടിയത്! സ്വന്തം അച്ഛൻ ജയിലിലായി; അവിടെനിന്ന് അദ്ദേഹം മരിച്ചതായി അറിയാൻ കഴിഞ്ഞു. പിന്നെ, എന്റെ സ്വന്തം ഉണ്ണിയേട്ടൻ... അദ്ദേഹം ഇപ്പോൾ എവിടെയാണെന്ന് പോലും അറിയില്ല.

അന്ന് അങ്കിളിന്റെ കൂടെ യാത്ര തിരിക്കുമ്പോൾ എന്നെങ്കിലും കാണാൻ കഴിയും എന്നൊരു പ്രതീക്ഷ ഉണ്ടായിരുന്നു. എത്രനാൾ ഞാൻ കാത്തിരുന്നു! പക്ഷേ, ആ നീണ്ട കാത്തിരിപ്പ് അവസാനിപ്പിച്ച് അങ്കിളിന്റെ നിർബന്ധപ്രകാരം ഞാൻ മോഹനെ വിവാഹം ചെയ്തു.

മോഹൻ നല്ലൊരു ബിസിനസ്സുകാരൻ മാത്രമല്ല, നല്ലൊരു ഭർത്താവും അച്ഛനുമാണ്. എന്റെ എല്ലാ കാര്യങ്ങളും അദ്ദേഹത്തിനോട് ഞാൻ പറഞ്ഞിരുന്നു. പക്ഷേ, മുഖം കറുപ്പിച്ച് ഇതുവരെ എന്നോട് അദ്ദേഹം ഒന്നും പറഞ്ഞിട്ടില്ല. ബിസിനസ്സിലെ ടെൻഷൻ പോലും എത്ര കൂളായിട്ടാണ് അദ്ദേഹം കൈകാര്യം ചെയ്യുന്നത്! ഇപ്പോൾ എല്ലാ ഭാരവും എന്റെ ചുമലിലാക്കി മോഹൻ പോയപ്പോൾ, ഞാൻ വീണ്ടും തനിച്ചായതുപോലെ.

അതിനുശേഷം മകന്റെ വിവാഹവും മറ്റും നന്നായി ഞാൻ നടത്തി. അവനൊരു ആൺകുട്ടി ജനിച്ചപ്പോൾ അവന് 'ഉണ്ണി' എന്ന് പേരിടുകയും, അവന്റെ ചോറൂണ് ഗുരുവായൂരിൽ വെച്ച് നടത്താം എന്ന് തീരുമാനിക്കുകയും ചെയ്തു. അതിന്റെ അടിസ്ഥാനത്തിലാണ് നമ്മൾ ഇപ്പോൾ ഇവിടെ എത്തിയത്. അവനും എന്റെ എല്ലാ കാര്യങ്ങളും അറിയാം; മോഹൻ അവനോട് പലപ്പോഴായി ഇതൊക്കെ പറഞ്ഞിട്ടുണ്ട്. മോഹൻ അത് പറഞ്ഞ് എന്നെ കളിയാക്കാറുണ്ടായിരുന്നു.

ചോറൂണിന് വേണ്ടി അമ്പലത്തിലേക്ക് നടക്കുമ്പോൾ നീണ്ട നെറ്റിയും, ഒരു ഭാഗം ചരിഞ്ഞുകൊണ്ടുള്ള നടത്തവുമായി ഒരാൾ എന്നെ മറികടന്നുപോയി. പെട്ടെന്ന് എന്റെ ഉള്ളിൽനിന്ന് ആരോ പറയുന്നതുപോലെ– "അത് നിന്റെ ഉണ്ണിയല്ലേ?". ഞാൻ തിരിഞ്ഞു നോക്കിയപ്പോൾ ആരെയും കണ്ടില്ല. മകൻ തിരക്കുകൂട്ടി: "അമ്മേ വേഗം വാ, അവിടെ തിരക്കാകും." പിന്നെ ഒന്നും നോക്കാതെ മുന്നോട്ടു നടന്നു.

ചോറൂണും കഴിഞ്ഞു; അവനും മോനും കൂടി അമ്പലത്തിന്റെ ഉള്ളിലേക്ക് തൊഴാൻ പോയി. അവരുടെ കൂടെ മോളും പോയി. ഞാൻ അവിടെ ഒറ്റയ്ക്ക് നിൽക്കുകയായിരുന്നു. പെട്ടെന്ന് പുറകിൽനിന്നൊരു ചോദ്യം:

"ഗാഥയല്ലേ...?"

ഞാൻ തിരിഞ്ഞപ്പോൾ കണ്ടത് എന്റെ പഴയ ഉണ്ണിയേട്ടനെ!

ലോകം കീഴടക്കുന്ന മലയാളി കരുത്ത്: 2007-ലെ ശ്രീശാന്ത് മുതൽ ഇന്നത്തെ സഞ്ജു വരെ!

ക്രിക്കറ്റ് മൈതാനത്ത് ഇന്ത്യ വീണ്ടും വിശ്വവിജയികളായിരിക്കുന്നു. 'കപ്പിനും ചുണ്ടിനും ഇടയിൽ' കിരീടം നഷ്ടപ്പെടുന്ന പതിവ് ഇത്തവണ വഴിമാറി. ഈ വിജയത്തിന് ഒരു പ്രത്യേകതയുണ്ട്—ഇതിലൊരു കറകളഞ്ഞ മലയാളി സ്പർശമുണ്ട്! ഒരു മലയാളി എന്ന നിലയിലും, അതിലുപരി ഒരു ഇന്ത്യക്കാരൻ എന്ന നിലയിലും എനിക്കിത് എന്റെ "സ്വന്തം വീട്ടുകാര്യം" പോലെയാണ്.

ശ്രീശാന്തും ആ ചരിത്രപ്രസിദ്ധമായ ക്യാച്ചും

നമ്മുടെ ഓർമ്മകൾ 2007-ലെ ആദ്യ 20-20 ലോകകപ്പിലേക്ക് പോകുന്നു. ചിരവൈരികളായ പാകിസ്താൻ കിരീടം കൊണ്ടുപോകുമെന്ന് തോന്നിച്ച നിർണ്ണായക നിമിഷം. അന്ന് മിസ്ബാ ഉൾ ഹഖിന്റെ ആ ഷോട്ട് കൈപ്പിടിയിലൊതുക്കിയ ശ്രീശാന്ത് എന്ന മലയാളിയിലൂടെയാണ് ഇന്ത്യ അന്ന് വിശ്വവിജയികളായത്. അന്ന് കമന്റേറ്റർ പറഞ്ഞ ആ വാചകം ഇന്നും കാതുകളിൽ മുഴങ്ങുന്നു: "ലോകത്തിന്റെ ഏത് കോണിലും ഒരു മലയാളി ഉണ്ടായിരിക്കും എന്ന് പാകിസ്ഥാൻ ഓർക്കണം!"

സഞ്ജു: വിമർശകരുടെ വായടപ്പിച്ച സ്പെഷ്യലിസ്റ്റ്

ഇത്തവണ സഞ്ജു സാംസണിന്റെ ഊഴമായിരുന്നു. ടീമിന് ബാധ്യതയാണെന്ന് പറഞ്ഞ് ചർച്ചകൾ നടന്നപ്പോഴും, നിർണ്ണായകമായ മൂന്ന് നോക്കൗട്ട് മത്സരങ്ങളിൽ സഞ്ജു നേടിയ തകർപ്പൻ ഫിഫ്റ്റികളാണ് ഇന്ത്യയെ മുന്നോട്ട് നയിച്ചത്. വെറുമൊരു

ബാറ്റ്സ്മാൻ എന്നതിലുപരി, ഇന്ത്യയുടെ യഥാർത്ഥ 'ടി-20 സ്പെഷ്യലിസ്റ്റ്' താനാണെന്ന് സഞ്ജു തെളിയിച്ചു. മുന്നിൽ വരുന്ന ഏതു തടസ്സങ്ങളെയും നിഷ്പ്രഭമാക്കാനുള്ള മലയാളിയുടെ ആ കരുത്ത് സഞ്ജുവിലുണ്ട്.

നമ്മുടെ 'അസൂയ' മാറ്റിവെക്കേണ്ടേ?

നമ്മൾ മലയാളികൾ ബ്രസീലിനും അർജന്റീനയ്ക്കും വേണ്ടി ഫ്ലക്സ് വെക്കും, സി.ആർ 7-നും മെസ്സിക്കും വേണ്ടി കട്ട്ഔട്ട് ഉയർത്തും. പക്ഷേ, നമ്മുടെ ഇടയിൽ നിന്ന് ഉയർന്നു വരുന്ന സഞ്ജുവിനെപ്പോലെയുള്ള ഒരു പ്രതിഭയ്ക്ക് നമ്മൾ അർഹിക്കുന്ന പരിഗണന നൽകുന്നുണ്ടോ? നമ്മളിൽ ഒരാൾ നമ്മളെക്കാൾ വലിയ ആളാകുന്നത് ഇഷ്ടപ്പെടാത്ത ആ പഴയ 'മലയാളി അസൂയ' കൊണ്ടാണോ സഞ്ജുവിനെ നമ്മൾ വേണ്ടവിധം ആഘോഷിക്കാത്തത്?

മലയാളികൾ പുറത്തുപോയാൽ ഹീറോസ് ആണെന്നും നാട്ടിൽ മടിയന്മാരാണെന്നുമുള്ള ആ പഴയ പല്ലവി തിരുത്തേണ്ട കാലമായിരിക്കുന്നു. സഞ്ജുവിനെപ്പോലെയുള്ള പോരാളികളെ ഹൃദയം കൊണ്ട് അംഗീകരിക്കാൻ നമുക്ക് സാധിക്കണം. ഈ കപ്പ് സഞ്ജുവിന്റേത് കൂടിയാണ്, നമ്മുടെ എല്ലാവരുടേതുമാണ്!

വനിതാദിനം: ചൊവ്വയിലെത്തിയവർക്ക് ഇനിയും എന്തിനാണ് സംവരണം?

ഇന്ന് മാർച്ച് 8. ലോകമെങ്ങും വനിതാദിനം ആഘോഷിക്കുന്നു. എന്നാൽ ഈ ആഘോഷങ്ങൾക്കിടയിൽ പ്രസക്തമായ ചില ചോദ്യങ്ങൾ ഉയരുന്നുണ്ട്. "ഇന്ത്യൻ പ്രസിഡന്റ് വനിതയാണ്, ചൊവ്വയിലേക്ക് ഉപഗ്രഹം അയക്കുന്ന ദൗത്യത്തിന് പിന്നിൽ വനിതകളുണ്ട്, എല്ലാ മേഖലകളിലും അവർ തങ്ങളുടെ സാന്നിധ്യം

അറിയിച്ചു കഴിഞ്ഞു. പിന്നെന്തിനാണ് ഇനിയും അവർക്ക് പ്രത്യേക പരിഗണനകളും സംവരണവും?"

ഈ ചോദ്യങ്ങളെ നമുക്ക് മൂന്ന് തലങ്ങളിൽ വിശകലനം ചെയ്യാം:

1. അവർക്ക് ഒരു ദിവസം മതിയോ?

വർഷത്തിൽ ഒരു ദിവസം മാത്രം പൂക്കളും ആശംസകളും നൽകുന്നത് കൊണ്ട് എന്ത് മാറ്റമാണ് ഉണ്ടാകുന്നത്? സത്യത്തിൽ, സ്ത്രീകൾക്ക് ഒരു ദിവസമല്ല വേണ്ടത്, മറിച്ച് 365 ദിവസവും മാന്യമായി ജീവിക്കാനുള്ള സാഹചര്യമാണ്. ഈ ഒരു ദിവസം മാറ്റിവെക്കുന്നത് ആഘോഷിക്കാൻ മാത്രമല്ല, മറിച്ച് ഇനിയും പരിഹരിക്കപ്പെടാത്ത പ്രശ്നങ്ങളിലേക്ക് സമൂഹത്തിന്റെ ശ്രദ്ധ ക്ഷണിക്കാനാണ്.

2. ചൊവ്വയിലെത്തിയവർക്ക് എന്തിനാണ് സംവരണം?

നമ്മൾ കാണുന്ന വനിതാ പ്രസിഡന്റും ശാസ്ത്രജ്ഞരും ഒരു വലിയ ജനസമൂഹത്തിന്റെ മുൻനിരയിൽ നിൽക്കുന്നവരാണ്. എന്നാൽ അവർക്ക് പിന്നിൽ, അടിസ്ഥാനപരമായ അവകാശങ്ങൾ പോലും ലഭിക്കാത്ത ദശലക്ഷക്കണക്കിന് സ്ത്രീകളുണ്ട്.

പ്രാതിനിധ്യം : ഒരു പ്രസിഡന്റ് ഉണ്ടായതുകൊണ്ട് മാത്രം എല്ലാ ഗ്രാമങ്ങളിലെയും സ്ത്രീകളുടെ പ്രശ്നങ്ങൾ തീരുന്നില്ല. തീരുമാനങ്ങൾ എടുക്കുന്ന അധികാര കേന്ദ്രങ്ങളിൽ (പഞ്ചായത്ത് മുതൽ പാർലമെന്റ് വരെ) സ്ത്രീകളുടെ എണ്ണം വർദ്ധിപ്പിക്കാൻ സംവരണം ഒരു 'താൽക്കാലിക പാലം' മാത്രമാണ്.

തുല്യനീതി (Equity) : എല്ലാവരും ഒരേ ദൂരത്തുനിന്നല്ല ഓട്ടം തുടങ്ങിയത്. നൂറ്റാണ്ടുകളായി പിന്നിലായിപ്പോയ ഒരു വിഭാഗത്തിന്, മുന്നിലുള്ളവർക്കൊപ്പം എത്താൻ നൽകുന്ന ഒരു ചെറിയ 'ബൂസ്റ്റ്' ആണ് സംവരണം.

3. നിയമത്തിലെ മുൻഗണന ആനുകൂല്യമോ സംരക്ഷണമോ?

നിയമത്തിൽ സ്ത്രീകൾക്ക് നൽകുന്ന മുൻഗണന പലപ്പോഴും അവരെ 'ദുർബലരായി' കാണുന്നതുകൊണ്ടല്ല, മറിച്ച് നിലനിൽക്കുന്ന സാമൂഹിക അസമത്വങ്ങൾ പരിഗണിച്ചാണ്. രാത്രികാല സുരക്ഷ, തൊഴിലിടങ്ങളിലെ പീഡനങ്ങൾ, ശാരീരികമായ പ്രത്യേകതകൾ എന്നിവ കണക്കിലെടുത്ത് അവർക്ക് തുല്യമായ അവസരം ഉറപ്പാക്കാനാണ് നിയമം കാവലാകുന്നത്.

ഉപസംഹാരം

സ്ത്രീകൾക്ക് സംവരണം വേണ്ട എന്ന് പറയാവുന്ന ഒരു കാലം വരും. അത് അവർക്ക് പ്രത്യേക ഇളവുകൾ ഇല്ലാതെ തന്നെ സമൂഹത്തിന്റെ എല്ലാ തുറകളിലും 50% പങ്കാളിത്തം സ്വയം കൈവരിക്കാൻ കഴിയുന്ന ദിവസമായിരിക്കും. അതുവരെ, ഈ മുൻഗണനകൾ അവരോടുള്ള ഉദാരതയല്ല, മറിച്ച് വൈകിപ്പോയ നീതിയുടെ വീണ്ടെടുപ്പാണ്.

വാരാന്ത്യ ചിന്തകൾ: വിധിക്ക് തോൽപ്പിച്ചുകൊടുക്കാത്ത പോരാളികൾ

ചില സിനിമകൾ വെറും കാഴ്ചകളല്ല, അവ നമുക്ക് നേരെ പിടിച്ച കണ്ണാടികളാണ്. '12th Fail' എന്ന സിനിമയിലെ മനോജ് കുമാർ ശർമ്മയുടെ ജീവിതം കണ്ടപ്പോൾ നമ്മളിൽ പലർക്കും തോന്നിയ ഒരു കാര്യമുണ്ട്—എല്ലാ സൗകര്യങ്ങളും ഉണ്ടായിട്ടും ചെറിയ തടസ്സങ്ങളിൽ വിധിയെ പഴിച്ചു നിൽക്കുന്ന നമ്മൾ എത്ര നിസ്സാരരാണ്! ആട്ടുകല്ലിൽ മാവ് അരച്ചും, ലൈബ്രറി തൂത്തുവാരിയും ഐ.പി.എസ് (IPS) എന്ന സ്വപ്നത്തിലേക്ക് നടന്നുകയറിയ ആ മനുഷ്യന്റെ ത്യാഗം കണ്ടപ്പോൾ നമ്മളൊക്കെ വെറും പുഴുക്കളാണോ എന്ന് തോന്നിപ്പോയിട്ടുണ്ട്.

നമ്മൾ മുന്നോട്ടാണോ പോകുന്നത് അതോ സൗകര്യങ്ങളുടെ നടുവിൽ ഇരുന്ന് ഒരിടത്ത് തന്നെ നിൽക്കുകയാണോ എന്ന വലിയൊരു ചോദ്യം

ആ സിനിമ ബാക്കി വെക്കുന്നു. എന്നാൽ ആ ചോദ്യത്തിന് ഉത്തരമെന്നോണം ഇതാ കേരളത്തിൽ നിന്നും ഒരു പെൺകുട്ടി ഉദിച്ചുയർന്നിരിക്കുന്നു– ശ്രീജ ജെ.എസ്.

യു.പി.എസ്.സി (UPSC) പരീക്ഷയിൽ ഉയർന്ന റാങ്ക് നേടി ശ്രീജ ചരിത്രം കുറിക്കുമ്പോൾ എന്റെ മനസ്സിലേക്ക് ആദ്യം ഓടിയെത്തിയത് മനോജ് കുമാർ ശർമ്മയുടെ മുഖമാണ്. പരിമിതമായ സാഹചര്യങ്ങളിൽ നിന്നും, പ്രതിസന്ധികളോട് പടവെട്ടിയും നേടിയെടുത്ത ഈ വിജയം കേവലം ഒരു വ്യക്തിയുടേതല്ല; ഇതൊരു കുടുംബത്തിന്റെ മുഴുവൻ വിജയമാണ്. തന്റെ മകൾക്ക് വേണ്ടി വിയർപ്പൊഴുക്കിയ ആ അച്ഛനും അമ്മയ്ക്കും അവൾ ഇനി വലിയൊരു താങ്ങാവട്ടെ.

നമുക്ക് ഈ വാരാന്ത്യത്തിൽ ചിന്തിക്കാം:

പലപ്പോഴും വിഭവങ്ങളുടെ കുറവല്ല, മറിച്ച് ഇച്ഛാശക്തിയുടെ കുറവാണ് നമ്മെ തളർത്തുന്നത്. ശ്രീജയെയും മനോജ് കുമാറിനെയും പോലെ ലക്ഷ്യത്തിലേക്ക് കണ്ണുനട്ട് ആത്മാർത്ഥമായി ശ്രമിച്ചാൽ ലോകം മുഴുവൻ നമ്മുടെ കൂടെയുണ്ടാകും. തോൽവികളിൽ നിന്ന് തുടങ്ങുന്നതാണ് യഥാർത്ഥ വിജയമെന്ന് ഇവർ നമുക്ക് കാണിച്ചുതരുന്നു.

പരീക്ഷകൾ എഴുതുന്നവർക്കും, ജീവിതത്തിൽ തിരിച്ചടികൾ നേരിടുന്നവർക്കും ശ്രീജയുടെ വിജയം ഒരു വലിയ പ്രചോദനമാകട്ടെ. വിധിക്ക് കീഴടങ്ങാതെ, സ്വപ്നങ്ങൾക്ക് ചിറകുനൽകാൻ നമുക്കും സാധിക്കട്ടെ.

തുളസി: മരിക്കാത്ത പ്രണയത്തിന്റെ മണം

ബസ്സിന്റെ വിൻഡോ സീറ്റിലിരുന്ന് തന്റെ കഥ ആ കുട്ടികളോട് പറഞ്ഞു തീർക്കുമ്പോൾ ഉണ്ണികൃഷ്ണന്റെ മനസ്സ് നിറയെ തുളസി മാത്രമായിരുന്നു. അവളെ മറക്കാൻ എല്ലാവരും പറഞ്ഞപ്പോഴും, അത്

തങ്ങൾക്കിരുവർക്കും സാധിക്കില്ലെന്ന് അവന് ഉറപ്പായിരുന്നു. എങ്കിലും ഉള്ളിന്റെയുള്ളിൽ ഒരു പേടിയുണ്ടായിരുന്നു—നീണ്ട കാത്തിരിപ്പിനിപ്പുറം അവൾ ഇന്നും ജീവനോടെയുണ്ടാകുമോ?

ഒടുവിൽ തുളസിയുടെ നാട്ടിൽ ബസ്സിറങ്ങുമ്പോൾ, ആ പഴയ സ്റ്റാൻഡിൽ പ്രിയപ്പെട്ടവനെ കാത്തുനിൽക്കുന്ന തുളസിയെ കണ്ടപ്പോൾ ഉണ്ണികൃഷ്ണന്റെ കണ്ണ് നിറഞ്ഞു. കൂടെയുണ്ടായിരുന്ന കുട്ടികളും ആ സന്തോഷത്തിൽ പങ്കുചേർന്നു. വർഷങ്ങൾ കടന്നുപോയെങ്കിലും തുളസി പഴയതിനേക്കാൾ സുന്ദരിയായതുപോലെ അവന് തോന്നി. നീണ്ട ജയിൽവാസം തന്നെ ഒരു വൃദ്ധനാക്കിയോ എന്നൊരു സന്ദേഹം ഒരു നിമിഷം ഉണ്ണിയുടെ ഉള്ളിലൂടെ കടന്നുപോയി.

പക്ഷേ, അവളുടെ കണ്ണുകളിലെ ആ തിളക്കം കണ്ടപ്പോൾ എല്ലാ ആകുലതകളും മാഞ്ഞു. അവൻ അവളുടെ അരികിലേക്ക് ചെന്ന്, ആ കരങ്ങൾ ചേർത്തുപിടിച്ചു. ഇനി പഴയതൊന്നും ഓർക്കാൻ അവൻ ആഗ്രഹിക്കുന്നില്ല. തുളസി, അവളുടെ പേര് പോലെ തന്നെ പരിശുദ്ധയാണ്. അറിഞ്ഞോ അറിയാതെയോ ഇത്രയും കാലം താൻ അവളെ ഒരുപാട് വേദനിപ്പിച്ചു. ആ കണ്ണുകൾ ഇനി നിറയാൻ പാടില്ല.

അച്ഛൻ വാഗ്ദാനം ചെയ്ത ആ പള്ളിയിലെ ജോലിയിൽ ചേർന്ന്, ഇനിയുള്ള കാലം പ്രിയപ്പെട്ടവളോടൊപ്പം ഒരു പുതിയ ജീവിതം തുടങ്ങണം. ബസ്സ് വീണ്ടും ചലിച്ചു തുടങ്ങിയപ്പോൾ അവർ പുതിയൊരു ലക്ഷ്യസ്ഥാനത്തേക്കുള്ള യാത്രയിലായിരുന്നു; പ്രണയവും സമാധാനവും നിറഞ്ഞ ഒരു നല്ല നാളെയുടെ തീരത്തേക്ക്.

നാവാമുകുന്ദന്റെ സന്നിധിയിൽ

നാവാമുകുന്ദ ക്ഷേത്രത്തിൽ നിൽക്കുമ്പോഴാണ് "അമ്മമ്മേ..." എന്ന വിളി കേട്ട് സാവിത്രി അമ്മ തിരിഞ്ഞു നോക്കിയത്. 'എന്നെ അങ്ങനെ

വിളിക്കാൻ ആരും ഇല്ലല്ലോ' എന്ന് കരുതിയതുകൊണ്ട് തന്നെ, വിളി കേട്ട ഭാഗത്തേക്ക് നോക്കാതെ അവർ നിളയിലേക്ക് നടന്നു.

വീണ്ടും ആ വിളി കേട്ടപ്പോൾ അവർ ഒന്നവിടെ നിന്നു. 'അതെന്റെ മായമ്മയുടെ വിളി പോലുണ്ടല്ലോ!'

അന്നേരം അവിടേക്ക് സുന്ദരനായ ഒരു യുവാവും കൂടെ ഒരു പെൺകുട്ടിയും എത്തി. സാവിത്രി അമ്മയ്ക്ക് 80 വയസ്സ് കഴിഞ്ഞു; കാഴ്ച നന്നേ കുറവുണ്ട്. പക്ഷേ, ചെവിക്ക് കുഴപ്പമില്ല. കണ്ണട ഊരി ഒന്ന് തുടച്ച് മൂക്കിന്റെ തുമ്പത്ത് വെച്ച് നോക്കിയപ്പോൾ, അത് മായമ്മയുടെ മകൻ ഉണ്ണിയാണെന്ന് അവർക്ക് മനസ്സിലായി.

അവൻ ഓടിവന്നു അവരെ കെട്ടിപ്പിടിച്ചു. "ഇത് ലക്ഷ്മി, ഞാൻ കല്യാണം കഴിക്കാൻ പോകുന്ന കുട്ടി," എന്ന് അവൻ പരിചയപ്പെടുത്തിയപ്പോൾ സാവിത്രി അമ്മ മായയെയും രവിയെയും മാഷെയും ഓർത്തു. എന്തൊക്കെ ബഹളമായിരുന്നു അവരുടെ കല്യാണത്തിന്! എല്ലാത്തിനും ഓടി നടന്നത് മാഷല്ലേ? മാഷ് പോയിട്ട് ഇന്ന് 10 കൊല്ലം തികയുന്നു.

ഇത്രയും കാലം ഉണ്ണി വരാത്തതിന്റെ പരിഭവത്തോടെ, "ഇപ്പോഴാണോ എന്നെ ഓർത്തത്?" എന്ന് അവർ ചോദിച്ചു.

അവൻ അപ്പോൾ എല്ലാം തുറന്നു പറഞ്ഞു. മായ മരിച്ചതിനു ശേഷം രവി കുറച്ച് അന്തർമുഖനായി. പിന്നെ ഇങ്ങോട്ട് വന്നാൽ മായയെ കുറിച്ചുള്ള ചിന്തകൾ കൂടും; അതുകൊണ്ടാണ് അവർ വരാതിരുന്നത്.

"മുത്തശ്ശൻ മരിച്ച വാർത്ത അറിഞ്ഞപ്പോൾ ഞാനും അച്ഛനും കൂടി ഇങ്ങോട്ട് പുറപ്പെട്ടതാണ്. പക്ഷേ, വരുന്ന വഴിയിൽ ഉണ്ടായ ഒരു ആക്സിഡന്റിൽ പെട്ട് അച്ഛൻ മരിച്ചു. ഞാൻ ഒറ്റയ്ക്കായി. അന്ന് എന്റെ കൂടെ എല്ലാത്തിനും ഉണ്ടായത് ഇവളായിരുന്നു. പിന്നെ ഞാൻ ഇങ്ങോട്ട് വന്നാൽ അച്ഛന്റെ മരണവാർത്ത അമ്മമ്മയോട് പറയേണ്ടി

വരുമല്ലോ എന്ന് ഭയന്നാണ് വരാതിരുന്നത്. ഇപ്പോൾ ഇവളുടെ പഠിത്തമൊക്കെ കഴിഞ്ഞു, ജോലിയിൽ കയറി. അടുത്ത മാസമാണ് ഞങ്ങളുടെ കല്യാണം. എന്റെ ഏക ബന്ധു അമ്മമ്മയല്ലേ? അതിന് വിളിക്കാനാണ് ഞാൻ വന്നത്. കൂടാതെ അച്ഛന്റെ ആണ്ടിന് ബലിയിടാനും."

"അമ്മമ്മ ഇവിടെ ഉണ്ടാകുമെന്ന് എനിക്കറിയാമായിരുന്നു. ഞാൻ എല്ലാ വർഷവും ഈ ദിവസം ഇവിടെ വരാറുണ്ട്, അമ്മമ്മയെ ദൂരെ നിന്ന് കാണാറുമുണ്ട്," അവൻ പറഞ്ഞു.

അത് കേട്ടപ്പോൾ സാവിത്രി അമ്മയ്ക്ക് സങ്കടം വന്നു. എങ്കിലും താൻ അനാഥയല്ല എന്നറിഞ്ഞപ്പോൾ അവർക്ക് വലിയ സന്തോഷമായി. അവർ മൂവരും കൂടി നിളയിലേക്ക് ഇറങ്ങി, മൺമറഞ്ഞുപോയ പ്രിയപ്പെട്ടവരുടെ ആത്മശാന്തിക്കായി ബലിയിട്ടു.

ലോകമെമ്പാടും മലയാളികൾ, പക്ഷെ കേരളത്തിന്റെ ഭാവി എന്ത്?

"ലോകത്ത് എവിടെ ബോംബ് പൊട്ടിയാലും അതിന്റെ ചില്ല് വന്നു വീഴുന്നത് കേരളത്തിലാണ്." ഈ വാചകം കേൾക്കുമ്പോൾ അതിശയോക്തി തോന്നാമെങ്കിലും, ഇന്നത്തെ സാഹചര്യത്തിൽ അതൊരു വലിയ സത്യമാണ്. യുദ്ധമോ, വിമാനാപകടമോ, മറ്റേതെങ്കിലും ദുരന്തമോ ആകട്ടെ, ലോകത്തിന്റെ ഏത് കോണിൽ സംഭവിച്ചാലും അതിൽ ഒരൊറ്റ മലയാളിയെങ്കിലും ഉൾപ്പെടാത്തതായി ഉണ്ടാകില്ല. കാരണം, നമ്മൾ ഇന്ന് വെറും മലയാളികളല്ല, 'ഗ്ലോബൽ മലയാളികൾ' ആണ്.

ഗ്ലോബൽ മലയാളി; നേട്ടവും കോട്ടവും

ലോകമെമ്പാടും പടർന്നു പന്തലിച്ചു നിൽക്കുന്ന നമ്മുടെ പ്രവാസി സമൂഹം കേരളത്തിന്റെ അഭിമാനമാണ്. അവർ അയക്കുന്ന പണമാണ്

(Remittance) യഥാർത്ഥത്തിൽ കേരളത്തിന്റെ സമ്പദ്വ്യവസ്ഥയുടെ നട്ടെല്ല്. എന്നാൽ ഇതിനൊരു മറുവശമുണ്ട്. നമ്മുടെ മിടുക്കരായ യുവതലമുറ മുഴുവൻ വിദേശങ്ങളിലേക്ക് ചേക്കേറുകയാണ്. ഈ Brain Drain കേരളത്തെ പതുക്കെ ഒരു 'വാർദ്ധക്യ സദനമായി' മാറ്റിക്കൊണ്ടിരിക്കുകയാണ്. നല്ല വിദ്യാഭ്യാസം നേടി, അത് നാട്ടിൽ വിനിയോഗിക്കാതെ നമ്മൾ പുറത്തേക്ക് ഒഴുകുന്നു.

യുദ്ധവും നമ്മുടെ അടുക്കളയും

മിഡിൽ ഈസ്റ്റിൽ നടക്കുന്ന യുദ്ധങ്ങൾ നമ്മളെ എങ്ങനെ ബാധിക്കുന്നു എന്ന് ചിന്തിച്ചിട്ടുണ്ടോ?

രണ്ട് പ്രധാന രീതികളിലാണിത്:

ജീവൻ : യുദ്ധമേഖലകളിൽ ജോലി ചെയ്യുന്ന മലയാളികളുടെ സുരക്ഷയും വരുമാനവും അപകടത്തിലാകുന്നു. പ്രവാസികളുടെ വരുമാനം കുറയുന്നത് കേരളത്തിന്റെ സാമ്പത്തിക അടിത്തറയെ ഇളക്കും.

വിലക്കയറ്റം : കേരളം ഒരു Consumer State (ഉപഭോക്തൃ സംസ്ഥാനം) ആണ്. നമുക്ക് വേണ്ട അരിയും പച്ചക്കറിയും മുതൽ സകല സാധനങ്ങളും മറ്റ് സംസ്ഥാനങ്ങളിൽ നിന്നാണ് വരുന്നത്. യുദ്ധം കാരണം ക്രൂഡ് ഓയിൽ വില കൂടിയാൽ, ഡീസൽ വില കൂടും. അത് ചരക്കുകൂലി വർദ്ധിപ്പിക്കുകയും, ആത്യന്തികമായി നമ്മുടെ നിത്യോപയോഗ സാധനങ്ങളുടെ വില കുതിച്ചുയരുകയും ചെയ്യും.

കൃഷി വിട്ട് മണിമാളികകളിലേക്ക്

നമ്മുടെ അയൽ സംസ്ഥാനങ്ങളായ തമിഴ്നാടും കർണാടകയും നോക്കൂ. അവർക്ക് കൃഷി ചെയ്യാൻ ധാരാളം സ്ഥലമുണ്ട്, അവർ അത് കൃഷിക്കായി മാത്രം ഉപയോഗിക്കുന്നു. താമസം മറ്റൊരു സ്ഥലത്താണ്.

നമ്മളോ? പൊന്നുവിളയുന്ന പാടങ്ങൾ നികത്തി വലിയ വീടുകൾ പണിയുന്നു. എന്നിട്ടോ? വീട്ടിൽ താമസിക്കാൻ ആളില്ല, എല്ലാവരും വിദേശത്താണ്. 'വീട് ഒരു ആസ്തി' എന്നതിലുപരി അതൊരു വികാരമായി മാറിയത് നമ്മുടെ കൃഷിഭൂമികളെ ഇല്ലാതാക്കി.

മിഥ്യാഭിമാനവും തൊഴിൽ സംസ്കാരവും

നമുക്ക് വിദ്യാഭ്യാസം കൂടിയപ്പോൾ അതിന്റെ കൂടെ വന്ന വലിയൊരു ദോഷമാണ് മിഥ്യാഭിമാനം. ശാരീരിക അധ്വാനമുള്ള ജോലികളോട് നമുക്ക് പുച്ഛമാണ്. 'വൈറ്റ് കോളർ' ജോലികൾ മാത്രമേ നമ്മൾ ചെയ്യൂ. അതുകൊണ്ടാണ് ഇവിടെയുള്ള സകല നിർമ്മാണ തൊഴിലാളികളും, ഹോട്ടൽ ജീവനക്കാരും, തോട്ടം തൊഴിലാളികളും ഇതര സംസ്ഥാനങ്ങളിൽ നിന്നുള്ളവരായി മാറിയത്. നമ്മുടെ നാട്ടിലെ തൊഴിൽ സാധ്യതകൾ നമ്മൾ അവർക്ക് വിട്ടുകൊടുക്കുന്നു.

ഇനിയെങ്കിലും ചിന്തിക്കേണ്ടേ?

നമ്മുടെ ഈ മിഥ്യാഭിമാനം മാറ്റിയില്ലെങ്കിൽ കേരളത്തിന്റെ ഭാവി എന്താകും? ബ്രെയിൻ ഡ്രെയിനിന്റെ കൂടെ സാമ്പത്തിക ചോർച്ചയും കൂടി വന്നാൽ നമ്മുടെ അവസ്ഥ അതിപരിതാപകരമാകും.

നമുക്ക് ആവശ്യമുള്ള ഭക്ഷ്യവസ്തുക്കൾ, കുറഞ്ഞപക്ഷം പച്ചക്കറികളെങ്കിലും, നമ്മൾ സ്വന്തമായി ഉൽപ്പാദിപ്പിക്കണം.

ആന്ധ്രയെയും തമിഴ്നാടിനെയും ആശ്രയിക്കുന്നത് കുറയ്ക്കണം.

എല്ലാ തൊഴിലിനും മാന്യതയുണ്ടെന്ന് തിരിച്ചറിഞ്ഞ്, നമ്മുടെ നാട്ടിലെ ജോലികൾ നമ്മൾ തന്നെ ഏറ്റെടുക്കാൻ തയ്യാറാകണം.

തീരുമാനങ്ങൾ എടുക്കാനുള്ള നല്ല മനുഷ്യവിഭവം നമുക്കുണ്ട്. പക്ഷെ, നമ്മുടെ കാഴ്ചപ്പാടുകളിൽ മാറ്റം വരുത്താൻ നമ്മൾ തയ്യാറാണോ?

വൈകുന്ന ഓരോ നിമിഷവും കേരളത്തിന്റെ ഭാവിയെ അപകടത്തിലാക്കുകയാണ്.

നമ്മളെല്ലാം കസ്റ്റമർമാരാണ്: ജീവിതത്തിലെ 'ഗിവ് ആൻഡ് ടേക്ക്' പോളിസി

"കസ്റ്റമർ ഈസ് കിംഗ്" (Customer is the King) എന്ന് നമ്മൾ കേട്ടു മടുത്തിട്ടുണ്ടാകും. എന്നാൽ ഇതിന്റെ പിന്നിലെ യഥാർത്ഥ സത്യം പലപ്പോഴും നമ്മൾ വിസ്മരിക്കാറുണ്ട്. ശരിക്കും പറഞ്ഞാൽ, ഈ ലോകത്ത് നമ്മളെല്ലാവരും ഏതെങ്കിലും ഒരു ഘട്ടത്തിൽ ഒരു കസ്റ്റമർ തന്നെയാണ്. ഇന്ന് ഒരാൾക്ക് സേവനം നൽകുന്നയാൾ നാളെ മറ്റൊരിടത്ത് ഒരു സേവനം തേടി ചെല്ലുന്ന ആളാണ്.

എന്ത് നൽകുന്നോ, അത് തിരിച്ചു കിട്ടും

നമ്മളോട് മറ്റുള്ളവർ എങ്ങനെ പെരുമാറണം എന്ന് നമ്മൾ ആഗ്രഹിക്കുന്നുവോ, അതുപോലെ തന്നെ വേണം നമ്മൾ നമ്മുടെ കസ്റ്റമറോട് പെരുമാറാൻ. ഇതൊരു വട്ടം കറങ്ങുന്ന ചക്രമാണ്. നമ്മൾ നൽകുന്ന സ്നേഹവും ബഹുമാനവും സത്യസന്ധതയും അതേപടി നമ്മളിലേക്ക് തന്നെ തിരിച്ചെത്തും. കച്ചവടം എന്നത് കേവലം പണം വാങ്ങലും സാധനം കൊടുക്കലുമല്ല, മറിച്ച് അതൊരു വിശ്വാസത്തിന്റെ പാലമാണ്.

പഴയ ബാർട്ടർ സമ്പ്രദായവും ഇന്നത്തെ ഡിജിറ്റൽ യുഗവും

പണ്ട് നിലനിന്നിരുന്ന ബാർട്ടർ സമ്പ്രദായത്തെ (Barter System) കുറിച്ച് ആലോചിക്കുമ്പോൾ അത്ഭുതം തോന്നും. ഒരു സാധനത്തിന് പകരം മറ്റൊരു സാധനം കൈമാറിയിരുന്ന ആ കാലത്ത്, മനുഷ്യർ തമ്മിലുള്ള ബന്ധത്തിനായിരുന്നു വില. ലാഭത്തേക്കാൾ ഉപരി, പരസ്പര സഹായമായിരുന്നു അതിന്റെ കാതൽ.

ഇന്നത്തെ ഡിജിറ്റൽ തലമുറയ്ക്ക് വിരൽത്തുമ്പിൽ ലോകം ഉണ്ടായേക്കാം, പക്ഷേ ആ പഴയ തലമുറയുടെ അത്രയും ദീർഘവീക്ഷണമോ ആത്മാർത്ഥതയോ നമുക്കുണ്ടോ എന്നത് സംശയമാണ്. പണത്തിന് മീതെ മനുഷ്യത്വത്തിന് വില കൽപ്പിച്ചിരുന്ന ആ കാലഘട്ടത്തിലെ ബുദ്ധിശക്തിയും സ്നേഹവും ഇന്നും നമുക്ക് മാതൃകയാണ്.

സാരം

ഡിജിറ്റൽ യുഗത്തിലും നമ്മൾ കാത്തുസൂക്ഷിക്കേണ്ടത് ആ പഴയകാലത്തെ വിശ്വാസ്യതയാണ്. കച്ചവടത്തിലായാലും ജീവിതത്തിലായാലും മാന്യതയും സ്നേഹവും മുറുകെ പിടിക്കുക. കാരണം, നമ്മൾ ലോകത്തിന് എന്ത് നൽകുന്നോ അത് തന്നെയാകും പ്രകൃതി നമുക്ക് തിരിച്ചു നൽകുക.

വേഷപ്പകർച്ചകൾ

ഒൻപതാം ക്ലാസ്സിന്റെ പടിയിറങ്ങി പത്തിലേക്കുള്ള ആ വലിയ ചുവടുവെപ്പിന്റെ കാലം. അത്യാവശ്യം നന്നായി പഠിക്കുന്ന കുട്ടിയായതുകൊണ്ട് നാട്ടിലെ പേരുകേട്ട ട്യൂഷൻ സെന്ററിൽ തന്നെ വീട്ടുകാർ എന്നെ ചേർത്തു. രണ്ട് ബസ്സുകൾ മാറി കയറി വേണം അവിടെ എത്താൻ. പുസ്തകത്തിലെ കണക്കുകൾ എനിക്ക് മനപ്പാഠമായിരുന്നു, പക്ഷേ ജീവിതത്തിലെ ലളിതമായ 'സാമാന്യ വിവരം' എനിക്ക് അല്പം കുറവായിരുന്നു. ആ പോരായ്മ പലപ്പോഴും എന്നെ കുഴപ്പങ്ങളിൽ ചാടിച്ചിട്ടുണ്ട്.

രണ്ടു മാസത്തെ വേനലവധി ക്ലാസ്സുകൾ ഞാൻ ആവോളം ഉപയോഗിച്ചു. കണക്കിനോടുള്ള പ്രണയം കാരണം സമവാക്യങ്ങൾ കൊണ്ട് ഞാൻ ലോകം അളന്നു. പക്ഷേ, എന്റെ ആ

കണക്കുകൂട്ടലുകൾ ശരിയായിരുന്നോ എന്ന് കാലം പിന്നീട് എന്നോട് ചോദിച്ചു.

പത്താം ക്ലാസ്സിലേക്ക് കാലെടുത്തു വെക്കുമ്പോൾ ഞാൻ തികച്ചും വ്യത്യസ്തനായിരുന്നു. ആദ്യമായി പാന്റ്സ് ധരിച്ച ദിവസം! കൂടെ പുതിയൊരു ജോടി ചെരിപ്പും. അന്നത്തെ ഭാഷയിൽ പറഞ്ഞാൽ നല്ല 'ചെത്തിൽ' ആയിരുന്നു എന്റെ നടപ്പ്. ആ രണ്ട് മാസത്തെ യാത്രകൾ എന്നെ വല്ലാതെ മാറ്റിയിരുന്നു. ജനലുകൾക്കപ്പുറത്തെ കാഴ്ചകളും അപരിചിതരായ മനുഷ്യരും എന്നെ ജീവിതത്തെക്കുറിച്ച് ഗൗരവമായി ചിന്തിക്കാൻ പഠിപ്പിച്ചു. ഏകാന്തതയുടെ ആ പഴയ തടവറയിൽ നിന്നും ഞാൻ പതുക്കെ പുറത്തുവരികയായിരുന്നു.

പക്ഷേ, ഇന്ന് തിരിഞ്ഞു നോക്കുമ്പോൾ ഒരു വലിയ ചോദ്യം ബാക്കിയാവുന്നു. ആ രണ്ട് മാസത്തെ മാറ്റങ്ങളാണോ എന്റെ തുടർന്നുള്ള രണ്ട് വർഷങ്ങൾ നഷ്ടപ്പെടുത്തിയത്? ആവേശത്തോടെ പടുത്തുയർത്തിയ ആ പുതിയ രൂപം എന്റെ ലക്ഷ്യങ്ങളിൽ നിന്നും എന്നെ വഴിമാറ്റിയോ?

നിഴലും നിലവിളക്കും

ഇരുപത് വർഷങ്ങൾക്കിപ്പുറവും ആ രാത്രിക്ക് പയ്യന്നൂർ ബജാജ് ഷോറൂമിലെ പുതിയ പെയിന്റിന്റെ മണമാണ്. കുറേക്കാലത്തെ സമ്പാദ്യവും അതിലേറെ മോഹവും ചേർത്തുവെച്ച് സ്വന്തമായി ഒരു ബൈക്ക് വാങ്ങിയ ദിവസം. അന്നത്തെ ആവേശത്തിൽ സുഹൃത്തുക്കൾക്കൊപ്പം നേരെ വിട്ടത് തെയ്യോട്ട് കാവിലേക്കായിരുന്നു. പുതിയ വണ്ടിയിൽ ഒരു ദൂരയാത്ര—അതായിരുന്നു മനസ്സ് നിറയെ.

യഥാർത്ഥത്തിൽ എന്റെ ആദ്യത്തെ വണ്ടി ഒരു പഴയ വെസ്പ സ്കൂട്ടറായിരുന്നു. പ്രായത്തിന്റെ അവശതകൾ അവനുണ്ടായിരുന്നു; ഇടയ്ക്കിടെ മെക്കാനിക്കിന്റെ അടുത്തേക്ക് കൊണ്ടുപോകേണ്ടി വരും.

ആയിടയ്ക്കാണ് ബാങ്കിൽ നിന്നും വിരമിച്ച എന്റെ പഴയ ട്യൂഷൻ മാഷ് ആ വണ്ടി ചോദിക്കുന്നത്.

"മാഷേ, ഇതിന് കുറച്ച് അസുഖങ്ങളൊക്കെയുണ്ട്, ഇടയ്ക്ക് പണി തരും" എന്ന് ഞാൻ മുൻകൂട്ടി പറഞ്ഞിരുന്നു.

"സാരമില്ലെടാ, എനിക്ക് പതുക്കെ പഠിക്കാനല്ലേ" എന്ന് പറഞ്ഞ് മാഷ് അത് വാങ്ങി. അവൻ പടിയിറങ്ങിപ്പോയപ്പോൾ ഉള്ളിലൊരു ശൂന്യത തോന്നി. അസുഖക്കാരനാണെങ്കിലും അവനുമായി ഞാൻ അത്രമേൽ അടുത്തിരുന്നു എന്ന് അപ്പോഴാണ് തിരിച്ചറിഞ്ഞത്. ആ ശൂന്യത നികത്താനാണ് പുതിയ ബൈക്ക് എത്തിയത്.

തെയ്യോട്ട് കാവിലെത്തിയപ്പോൾ രാത്രി നന്നായി വൈകിയിരുന്നു. ആ കാവ് സവിശേഷതകളുള്ള ഒരിടമാണ്. അവിടെ ഇലക്ട്രിക് വിളക്കുകളില്ല; എണ്ണയൊഴിച്ച നിലവിളക്കുകൾ മാത്രം. ആ സ്വർണ്ണവെളിച്ചത്തിലാണ് അവിടെ തെയ്യം നടക്കുന്നത്. ആധുനികമായ യാതൊരു പ്രകാശവും കാവിലേക്ക് കടക്കാൻ പാടില്ലെന്നാണ് അവിടുത്തെ വിശ്വാസം.

തെയ്യം കഴിഞ്ഞ് മടങ്ങാൻ നേരം വണ്ടി സ്റ്റാർട്ട് ചെയ്ത് മുന്നോട്ട് എടുത്തപ്പോൾ വണ്ടി വല്ലാതെ പാളുന്നു. നോക്കുമ്പോൾ പുറകിലെ ടയർ പഞ്ചർ! പാതിരാത്രിയിൽ വിജനമായ ആ വഴിയിൽ ഒരു ടയർ കട പോലുമില്ല. കൂടെ വന്നവരെല്ലാം പോയിക്കഴിഞ്ഞിരുന്നു. അപ്പോഴാണ് അവിടെ നിന്നൊരാൾ പതുക്കെ പറഞ്ഞത്:

"നീ വണ്ടി പാർക്ക് ചെയ്തപ്പോൾ ഹെഡ്‌ലൈറ്റിലെ പ്രകാശം കാവിലേക്ക് അടിച്ചിട്ടുണ്ടാകും. ദേവിക്ക് അത് ഇഷ്ടപ്പെട്ടില്ല; അതാണ് ഇങ്ങനെ സംഭവിച്ചത്."

ആ ഇരുട്ടിലൂടെ പതുക്കെ വണ്ടി ഉരുട്ടി വീട് ലക്ഷ്യമാക്കി നീങ്ങുമ്പോൾ ഉള്ളിൽ പല ചിന്തകളായിരുന്നു. വീട്ടിലെത്തി ഭക്ഷണം കഴിഞ്ഞ്

കിടക്കുമ്പോഴും ആ ചോദ്യം അവശേഷിച്ചു: "അതൊരു അന്ധവിശ്വാസമാണോ?" അന്ധമാണെന്ന് തറപ്പിച്ചു പറയാൻ എനിക്ക് കഴിയുമായിരുന്നില്ല. കാരണം, ആ പഞ്ചർ തന്നത് ഒരു വലിയ തിരിച്ചറിവായിരുന്നു.

അന്ന് ആ സംഭവം നടന്നിട്ട് ഇപ്പോൾ രണ്ട് പതിറ്റാണ്ടുകൾ കഴിഞ്ഞു. ലോകം ഒരുപാട് മാറി, ഞാനും മാറി. പക്ഷേ, ഇപ്പോഴും തെയ്യോട്ട് കാവിൽ വൈദ്യുതി വെളിച്ചമില്ല; അവിടെ നിലവിളക്കിന്റെ പ്രഭയിൽ ഇന്നും തെയ്യം നടക്കുന്നു. നമ്മൾ എത്ര മാറിയാലും മാറാത്തതായി ചിലത് ഈ പ്രകൃതിയിലുണ്ട്. മാറ്റമില്ലാത്ത ആ ആചാരങ്ങൾക്കിടയിൽ ഇന്നും ആ പഴയ രാത്രി ഒരു നിലവിളക്കുപോലെ എന്റെ മനസ്സിൽ കത്തുന്നുണ്ട്.

പറമ്പിൽ നിന്നും പയ്യന്നൂരിലെ ബാക്ക് ബെഞ്ചിലേക്ക്

പ്രീ ഡിഗ്രി കഴിഞ്ഞ് എന്ത് ചെയ്യണമെന്നറിയാതെ നിൽക്കുന്ന ഒരു വേനൽക്കാലം. പെരിങ്ങോത്തെ തറവാട്ടു പറമ്പിലും അമ്മാവന്റെ പറമ്പിലും കശുവണ്ടി വിളഞ്ഞു നിൽക്കുകയാണ്. വട്ടച്ചെലവിന് കയ്യിൽ കാശില്ലാത്ത നേരത്താണ് അമ്മ ആ വഴി പറഞ്ഞുതന്നത്: "രണ്ടാളും കൂടി ആ പറമ്പിലെ അണ്ടി പെറുക്കിക്കോ, പാട്ടമായി എന്തെങ്കിലും തന്നാൽ മതി."

ഞാനും അനിയനും കൂടി ആ വെല്ലുവിളി ഏറ്റെടുത്തു. പെരിങ്ങോത്തെ വെയിലത്ത് കശുവണ്ടി പെറുക്കി നടക്കുമ്പോൾ മനസ്സിൽ വലിയ സ്വപ്നങ്ങളൊന്നുമില്ലായിരുന്നു. പക്ഷേ, ആ സീസൺ കഴിഞ്ഞപ്പോൾ അധ്വാനത്തിന്റെ ഫലമായി കയ്യിൽ നല്ലൊരു തുക ബാക്കിയായി. ആവേശത്തോടെ നിൽക്കുമ്പോഴാണ് കമ്പനി സെക്രട്ടറി കോഴ്സിനെക്കുറിച്ചുള്ള പരസ്യം കണ്ടത്. പിന്നെ ഒന്നും

ആലോചിച്ചില്ല, ഞാനും അനിയനും കൂടി ഫാറൂഖ് കോളേജിലേക്ക് വണ്ടി കയറി.

ഫാറൂഖ് കോളേജിലെ ആ ലോഡ്ജ് ജീവിതം മറ്റൊരു ലോകമായിരുന്നു. ലക്ഷദ്വീപിൽ നിന്നുള്ള കൂട്ടുകാർക്കൊപ്പം മീൻ കറിയും ചോറും ഉണ്ടാക്കി കഴിച്ചും, ഒരുമിച്ച് സിനിമയ്ക്ക് പോയും ആ ദിനങ്ങൾ ആഘോഷിച്ചു. പക്ഷേ, പകുതി വഴിയിൽ അനിയന് എറണാകുളത്ത് അപ്രന്റിസ്ഷിപ്പ് കിട്ടി പോയതോടെ ഞാൻ ഒറ്റക്കായി. പഠനം പാതിവഴിയിൽ മുടങ്ങി. ഡിഗ്രിക്ക് അപേക്ഷിക്കാനുള്ള സമയവും കഴിഞ്ഞിരുന്നു. അങ്ങനെയാണ് വീണ്ടും പയ്യന്നൂരിലെ പാരലൽ കോളേജിലേക്ക് എത്തുന്നത്.

പക്ഷേ, ആ മടക്കയാത്ര ഒരു നിമിത്തമായിരുന്നു. പയ്യന്നൂരിലെ ആ പാരലൽ കോളേജ് ജീവിതമാണ് എന്റെ സൗഹൃദങ്ങളുടെ വിത്തുപാകിയത്. 'റോയൽ ഫൈവ്' എന്ന ഞങ്ങളുടെ ഗാങ്, ബാക്ക് ബെഞ്ചിലെ തമാശകൾ, കുഞ്ചാക്കോ ബോബൻ സിനിമകളുടെ ആവേശം... അന്നത്തെ പെൺകുട്ടികളുടെ ഹരമായിരുന്ന ചാക്കോച്ചന്റെ ഫോട്ടോ വെച്ച് ഞങ്ങൾ കാണിച്ച കുസൃതികൾക്ക് കൈയും കണക്കുമില്ല.

1999-ലെ ആ ക്രിക്കറ്റ് ലോകകപ്പ് കാലം ഇന്നും കൺമുന്നിലുണ്ട്. പരീക്ഷാ ഹാൾ പോലും മറന്ന് ഞങ്ങൾ കളിയുടെ പുറകെയായിരുന്നു. ഒരു പരീക്ഷാ ദിവസം, പരീക്ഷാ ഹാളിന് പുറത്ത് വെച്ച് അഗത ക്രിസ്റ്റിയുടെ 'നാല് കുറ്റവാളികൾ' എന്ന പുസ്തകം എന്റെ കയ്യിൽ കിട്ടി. ആ പുസ്തകം എത്രയും വേഗം വായിച്ചു തീർക്കാനുള്ള ആവേശത്തിൽ പരീക്ഷാ പേപ്പർ വേഗം എഴുതി തീർത്ത് ഞാൻ പുറത്തിറങ്ങി. അന്ന് ആ പരീക്ഷയ്ക്ക് എനിക്ക് 70 മാർക്ക് കിട്ടിയത് ഇന്നും ഒരു അത്ഭുതമാണ്!

ശനിയാഴ്ചകളിൽ വീട്ടിൽ നിന്നിറങ്ങി പയ്യന്നൂരിലെ തിയേറ്ററിൽ സിനിമയ്ക്ക് പോകുന്നതും, 'ടൈറ്റാനിക്' കാണാൻ ക്ലാസ് മൊത്തമായി പോയി തിയേറ്ററിൽ ഇരുന്ന് ഹാജറെടുത്തതും ഇന്നലെ കഴിഞ്ഞതുപോലെ തോന്നുന്നു. സുഹൃത്തിന്റെ വീട്ടിലെ അടുക്കള തൂത്തുവാരി കഴിച്ചതും, കുന്നിൻ ചെരിവിൽ ഇരുന്നു കണ്ട സ്വപ്നങ്ങളും...

ഇന്ന് കാസർഗോഡ് ഡിപ്പോയിലെ ബസ്സിലിരുന്ന് ടിക്കറ്റ് മെഷീൻ അമർത്തുമ്പോൾ, ആ പഴയ പയ്യന്നൂർ കാലത്തെ 'റോയൽ ഫൈവ്' അംഗങ്ങളെ ഓർക്കാറുണ്ട്. ചില ബന്ധങ്ങൾ മുറിഞ്ഞുപോയിട്ടുണ്ടാകാം, പക്ഷേ ആ ഓർമ്മകൾക്ക് ഇന്നും പയ്യന്നൂരിലെ തീയേറ്ററിലെ ആ പഴയ മണമാണ്.

ശരണവഴികളിലെ കരുത്ത്

രണ്ടായിരമാണ്ടിലെ ആ മണ്ഡലകാലം ഇന്നും മനസ്സിന്റെ മണിമുറ്റത്ത് ഒരു കരിമല കയറ്റം പോലെ തെളിഞ്ഞുനിൽക്കുന്നു. പി.ജിക്ക് പഠിക്കുന്ന കാലം. ജീവിതത്തിലാദ്യമായി കന്നി അയ്യപ്പനായി മാലയിട്ട വർഷം. അച്ഛനും അനിയനും നാട്ടുകാരും ചേർന്ന് ഒരു പഴയ ജീപ്പിലായിരുന്നു ഞങ്ങളുടെ യാത്ര. ഗുരുവായൂർ കണ്ണന്റെ നടയിൽ തൊഴുത്, ആ പുഞ്ചിരി നെഞ്ചിലേറ്റിയാണ് ഞങ്ങൾ മലയ്ക്ക് തിരിച്ചത്.

പാലാ കടപ്പാട്ടൂർ ക്ഷേത്രത്തിലെ ദർശനം കഴിഞ്ഞ് എരുമേലിയിലെത്തി. പേട്ട തുള്ളിയും വാവരുസ്വാമിയെ വണങ്ങിയും പമ്പയിലെത്തുമ്പോൾ മനസ്സിൽ വല്ലാത്തൊരു പരിഭ്രമമായിരുന്നു. പമ്പാ ത്രിവേണിയിലെ തണുത്ത വെള്ളത്തിൽ മുങ്ങിക്കുളിച്ച്, പിതൃക്കൾക്ക് ബലിതർപ്പണം നടത്തി കെട്ടുമുറുക്കി മല കയറാൻ തുടങ്ങി. പക്ഷേ, ആ കന്നിമലകയറ്റം അത്ര എളുപ്പമായിരുന്നില്ല. കിലോമീറ്ററുകളോളം നീളുന്ന ഭക്തജനത്തിരക്കും ശാരീരികമായ

അസ്വസ്ഥതകളും എന്നെ വല്ലാതെ പരീക്ഷിച്ചു. എങ്കിലും, പതിനെട്ടാം പടി ചവിട്ടി ആ പൊന്നമ്പലമേട്ടിലെ അയ്യനെ കണ്ട നിമിഷം, അതുവരെ അനുഭവിച്ച സകല ദൂരങ്ങളും വേദനകളും ഒരൊറ്റ ശരണംവിളിയിൽ അലിഞ്ഞുപോയി.

ആ കന്നിമലകയറ്റത്തിന് ശേഷം പത്തു തവണയോളം ഞാൻ ശബരിമലയിലെത്തി. പിന്നീടുള്ള ഓരോ യാത്രയും എന്റെ സ്വന്തം അധ്വാനത്തിൽ നിന്നുണ്ടാക്കിയ പണം കൊണ്ടായിരുന്നു. ഓരോ തവണയും ആ മല കയറുമ്പോൾ ഞാൻ എന്നെത്തന്നെയാണ് കീഴടക്കിയിരുന്നത്.

ജീവിതത്തിൽ ഒരിക്കൽ അപ്രതീക്ഷിതമായി ഒരു അപകടം സംഭവിച്ചു. മാസങ്ങളോളം കിടക്കയിൽ തന്നെയായിരുന്നു ലോകം. "ഇനിയൊരു മലകയറ്റം സാധ്യമാണോ?" എന്ന് പലരും സംശയിച്ചു. പക്ഷേ, അയ്യപ്പൻ നൽകിയ ഊർജ്ജം എന്റെ ഉള്ളിൽ കത്തുന്നുണ്ടായിരുന്നു. വ്രതശുദ്ധിയോടെ, വയ്യാത്ത കാലും വലിച്ചു വെച്ച് ഞാൻ വീണ്ടും ആ മല കയറി. പമ്പയിൽ നിന്ന് സന്നിധാനം വരെയുള്ള ഓരോ ചുവടിലും എനിക്ക് തുണയായത് ആ ശരണംവിളികളായിരുന്നു.

അയ്യപ്പന്റെ ആ വിഗ്രഹത്തിലെ ഐശ്വര്യം ഒരിക്കൽ കണ്ടു മടങ്ങുമ്പോൾ കിട്ടുന്ന ആത്മവിശ്വാസം, ഒരു വർഷം മുഴുവൻ വരാനിരിക്കുന്ന പ്രതിസന്ധികളെ നേരിടാൻ എന്നെ പ്രാപ്തനാക്കുന്നു. അതൊരു വെറും ഭക്തിയല്ല; എന്റെ ജീവിതത്തെ മുന്നോട്ട് നയിക്കുന്ന ഒരേയൊരു ഊർജ്ജമാണ്.

നീർമാതളത്തിൽ നിന്ന് മക്കയിലേക്കുള്ള ദൂരം: കമല സുരയ്യ എന്ന വിസ്മയം

മലയാള സാഹിത്യത്തിൽ മാധവിക്കുട്ടിയോളം സ്നേഹിക്കപ്പെടുകയും അതേസമയം വിവാദങ്ങൾ നേരിടുകയും ചെയ്ത മറ്റൊരു

എഴുത്തുകാരിയില്ല. അവരുടെ മാറ്റങ്ങൾ പലരെയും അമ്പരപ്പിച്ചു. പ്രത്യേകിച്ച്, കൃഷ്ണഭക്തിയിൽ അലിഞ്ഞുചേർന്ന, 'യാ അല്ലാഹ്' എന്ന് വിളിക്കുന്നതിന് മുൻപ് വരെ 'എന്റെ കൃഷ്ണാ' എന്ന് വിളിച്ചിരുന്ന ഒരാൾക്ക് എങ്ങനെ ഇത്ര പെട്ടെന്ന് മാറാൻ കഴിഞ്ഞു എന്നത് ഇന്നും പലർക്കും ഒരു പ്രഹേളികയാണ്.

പാരമ്പര്യവും പരിവർത്തനവും

നാലപ്പാട്ട് തറവാടിന്റെ വലിയ പാരമ്പര്യമുള്ള, ആമി എന്ന് നമ്മൾ വിളിച്ചിരുന്ന മാധവിക്കുട്ടി കമല സുരയ്യയായപ്പോൾ അത് കേരളീയ സമൂഹം എളുപ്പത്തിൽ ഉൾക്കൊണ്ടില്ല. ഭക്തി എന്നത് അവർക്ക് ഒരു ചട്ടക്കൂടായിരുന്നില്ല, മറിച്ച് സ്നേഹിക്കാനുള്ള ഒരു ഉപാധിയായിരുന്നു. കൃഷ്ണനോടുള്ള പ്രണയവും അല്ലാഹുവിനോടുള്ള സമർപ്പണവും ഒരേ സ്നേഹത്തിന്റെ രണ്ട് തലങ്ങളാണെന്ന് അവർ വിശ്വസിച്ചിരിക്കാം. എങ്കിലും, ആ മാറ്റം പലരെയും വേദനിപ്പിച്ചു, ചിലരെ പ്രകോപിപ്പിച്ചു.

എന്തുകൊണ്ട് ഈ മാറ്റം?

നിങ്ങൾ ചോദിച്ചതുപോലെ, വലിയ പാരമ്പര്യമുള്ള ഒരാൾക്ക് ഇത് എങ്ങനെ സാധിച്ചു? മാധവിക്കുട്ടി എപ്പോഴും സ്നേഹത്തിന് വേണ്ടി ദാഹിച്ച ഒരാളായിരുന്നു. അവരുടെ എഴുത്തുകളിലുടനീളം ആ അന്വേഷണം കാണാം. ഒരുപക്ഷേ, ജീവിതത്തിന്റെ അവസാന ഘട്ടത്തിൽ അവർ തേടിയ ആ വലിയ സ്നേഹത്തിന്റെ അല്ലെങ്കിൽ സംരക്ഷണത്തിന്റെ ഭാഗമാകാം കമല സുരയ്യയിലേക്കുള്ള മാറ്റം. ഇത് പലർക്കും അംഗീകരിക്കാൻ പ്രയാസമായിരുന്നു; ചിലർ അതിനെ രാഷ്ട്രീയമായും മതപരമായും കണ്ടു, മറ്റു ചിലർ അത് അവരുടെ വ്യക്തിസ്വാതന്ത്ര്യമാണെന്ന് വിശ്വസിച്ചു.

കമലയുടെ ഏകാന്തത

കമല സുരയ്യയായി മാറിയപ്പോഴും അവരുടെ ഉള്ളിലെ ആമിക്ക് മാറ്റമുണ്ടായിരുന്നോ? അവർ തന്നെ പലപ്പോഴും പറഞ്ഞിട്ടുണ്ട്, പേരും മതവും മാറിയാലും ഉള്ളിലെ സ്നേഹം മാറുന്നില്ലെന്ന്. എങ്കിലും ലോകം അവരെ പഴയതുപോലെ കണ്ടില്ല. ആ മാറ്റം അവരെ കൂടുതൽ ഏകാന്തയാക്കിയോ എന്ന് നമ്മൾ സംശയിക്കേണ്ടിയിരിക്കുന്നു.

ഓർമ്മച്ചെപ്പിലെ മുത്തശ്ശിക്കഥകൾ

അച്ഛമ്മ... അവർ എപ്പോഴും എന്നിൽ നിന്നും കുറച്ചു അകലെയായിരുന്നു. അവർ കുഞ്ഞമ്മയോട് കാണിച്ചിരുന്ന ആ വാത്സല്യം എന്നോട് ഉണ്ടായതായി എനിക്ക് തോന്നിയിരുന്നില്ല. റിട്ടയേർഡ് അധ്യാപികയായ അവർ, ക്ലാസ്സിലെ വിദ്യാർത്ഥികളെപ്പോലെയാണോ എന്നെ കണ്ടത്?

വൈകുന്നേരങ്ങളിൽ കുളിച്ചു നെറ്റിയിൽ നീളത്തിൽ ഒരു ഭസ്മക്കുറിയുമിട്ട് ഭാഗവതമോ മറ്റോ വായിക്കുന്ന അവരുടെ രൂപം ഇപ്പോൾ എന്റെ മുന്നിൽ തെളിയുന്നു. കർക്കിടകമായാൽ രാമായണ പാരായണം കേൾക്കാം. നല്ല ഈണത്തിൽ രാമന്റെയും സീതയുടെയും കഥകൾ ഉറക്കെ ചൊല്ലുമ്പോൾ, ചെറുപ്പത്തിൽ അവയെല്ലാം ഞാൻ ശ്രദ്ധയോടെ കേട്ടിരിക്കും. രാമനും ലക്ഷ്മണനും ഒക്കെ എന്റെ ആരോ ആണെന്ന് തോന്നിയ സമയം ആയിരുന്നു അത്; രാവണൻ എന്ന് കേൾക്കുമ്പോൾ ദേഷ്യം വരുമായിരുന്നു. പക്ഷെ ഇപ്പോൾ ഞാൻ ചിന്തിക്കുമ്പോൾ, രാവണനെ ഒരു മോശം ആളായി കാണാൻ എനിക്ക് സാധിക്കില്ല. എന്റെ ഉള്ളിൽ ഭക്തിയുടെ ചൈതന്യം ഉണ്ടാക്കിത്തന്നത് അച്ഛമ്മയായിരുന്നു.

അച്ഛമ്മയുടെ നൂറാം പിറന്നാൾ മക്കളും പേരക്കുട്ടികളും അവരുടെ കുട്ടികളും കൂടി ആഘോഷിച്ചു. അന്ന് നമ്മൾ എല്ലാവരും

ഒരുമിച്ചുകൂടി സന്തോഷത്തോടെ പിരിഞ്ഞു. കുഞ്ഞമ്മ അവധിക്ക് മാത്രം എന്റെ വീട്ടിലേക്ക് വരുന്ന അതിഥിയായിരുന്നു. ചെറുപ്പത്തിൽ അവർ ആരാണെന്ന് എനിക്ക് അറിയില്ലായിരുന്നു, ആരോടും ചോദിച്ചുമില്ല. കോഴിക്കോടുള്ള ഇളയപ്പന്റെ അമ്മയാണെന്നായിരുന്നു എന്റെ വിചാരം. പിന്നീട് എന്റെ പത്താം ക്ലാസ്സ് കഴിഞ്ഞതിനു ശേഷമാണ് കുഞ്ഞമ്മയെ ഞാൻ എന്റെ വീട്ടിൽ അവധിക്ക് അല്ലാതെ കാണാൻ തുടങ്ങിയത്. അപ്പോൾ മാത്രമാണ് കുഞ്ഞമ്മ ആരാണെന്ന് മനസ്സിലായത്—അച്ഛമ്മയുടെ അനുജത്തിയായിരുന്നു അവർ!

പിന്നെ, അവരുടെ ഏകദേശം അവസാനകാലം ഞാൻ അവരെ വീട്ടിൽ വെച്ചുതന്നെ കാണുമായിരുന്നു. 'ഗൗരി' എന്നായിരുന്നു അവരുടെ പേര്. ഒരു കുഞ്ഞനിയത്തിയെ എങ്ങനെ നോക്കണം എന്നത് ഞാൻ നേരിട്ട് കണ്ടു. വയസ്സായിട്ട് പോലും അച്ഛമ്മ അവരെ ചെറിയൊരു കുട്ടിയെ ശ്രദ്ധിക്കുന്നത് പോലെയാണ് കൊണ്ടുനടന്നത്. അവർ ആ പ്രായത്തിലും കണ്ണട പോലും ഇല്ലാതെ പത്രം വായിക്കുന്നത് കാണുമ്പോൾ എനിക്ക് അത്ഭുതമായിരുന്നു. പണ്ടുകാലത്തെ പെണ്ണുങ്ങളെ പഠിക്കാൻ വിടാത്ത കാലമായിരുന്നല്ലോ, പക്ഷെ എന്റെ അച്ഛമ്മ ഒരു ടീച്ചറായിരുന്നു. അവരുടെ സഹവാസം മൂലമായിരിക്കാം കുഞ്ഞമ്മ വായിക്കാൻ പഠിച്ചത്. പക്ഷെ അവർ ഒരിക്കലും എഴുതുന്നത് ഞാൻ കണ്ടിരുന്നില്ല. അച്ഛമ്മ എവിടെയാണോ, അവിടെ കുഞ്ഞമ്മയുമുണ്ടാകും.

ഞാനും അവരും തമ്മിൽ ഒരിക്കലും ചേരില്ല; നമ്മൾ നേർക്ക് നേർ കണ്ടാൽ വഴക്കായിരിക്കും. അപ്പോൾ മറ്റുള്ളവർ പറയും അവർ 'മുന്നാൾ' ആണെന്ന്. ഞാൻ ചിത്തിരയും അവർ വിശാഖവുമായിരുന്നു. പക്ഷെ എനിക്ക് അവരോട് ദേഷ്യം ഉണ്ടായിരുന്നോ? ഇല്ല. അവരുടെ ആ ദേഷ്യപ്പെടൽ കാണാൻ വേണ്ടി മാത്രമല്ലേ ഞാൻ അങ്ങനെ ചെയ്യാറുള്ളത്? എനിക്ക് അവരോട് സ്നേഹമായിരുന്നോ? അറിയില്ല.

ആദ്യമൊക്കെ എനിക്ക് ബഹുമാനമായിരുന്നു, പിന്നീട് അതെപ്പോഴോ നഷ്ടപ്പെട്ടു. അവരുടെ ഏറ്റവും വലിയ പ്രത്യേകത, വായിൽ ഒറ്റ പല്ലില്ലെങ്കിലും ഏതു ഭക്ഷണവും അവർ നിഷ്പ്രയാസം കഴിക്കുമായിരുന്നു എന്നതാണ്. ഇതൊക്കെ പറഞ്ഞായിരുന്നു ഞാൻ അവരെ ദേഷ്യം പിടിപ്പിക്കാറ്.

എന്റെ വിവാഹം കഴിഞ്ഞു നിൽക്കുന്ന സമയത്ത് അവർ ഒരു വീഴ്ചയുടെ ക്ഷീണവുമായി കിടപ്പിലായിരുന്നു. ഞാൻ എന്റെ ഭാര്യയെയും കൂട്ടി കോഴിക്കോട് പോയി കുഞ്ഞമ്മയെ കണ്ടു. പണ്ടത്തെ കുഞ്ഞമ്മയെ എനിക്ക് കാണാൻ സാധിച്ചില്ല. എന്തിനും എന്നോട് വഴക്കിടുന്ന, ഭക്ഷണ കാര്യത്തിൽ വളരെ നിർബന്ധമുള്ള ആ കുഞ്ഞമ്മയാണോ ഇതെന്ന് എനിക്ക് തോന്നി. ഒരു ശോഷിച്ച രൂപവുമായി അവർ കിടക്കുമ്പോൾ എനിക്ക് വല്ലാത്തൊരു കുറ്റബോധം തോന്നി. ഞാൻ പല തവണ അവരെ കളിയാക്കിയതിൽ എനിക്ക് വിഷമം തോന്നി. അവരെ അച്ഛമ്മ അല്ലാതെ വേറെ ആരെങ്കിലും സ്നേഹിച്ചിരുന്നോ? അതുപോലെ അവർ സ്വന്തം ചേച്ചിയെ അല്ലാതെ വേറെ ആരെയെങ്കിലും സ്നേഹിച്ചിരുന്നോ? അറിയില്ല. അവരോട് മനസ്സിൽ മാപ്പ് ചോദിച്ചു കൊണ്ടായിരുന്നു ഞാൻ അവിടെ നിന്നും തിരിച്ചത്. കുറച്ചു നാളത്തെ കിടപ്പിന് ശേഷം അവർ എപ്പോഴും വിളിക്കാറുള്ള നാരായണന്റെ ലോകത്തേക്ക് പോയി. അവരുടെ ജീവിതം സഫലമായിരിക്കും.

ഇനി എന്റെ ഏറ്റവും പ്രിയപ്പെട്ട അമ്മമ്മയെക്കുറിച്ച് പറയാതിരുന്നാൽ ശരിയാകില്ല. കാരണം എന്നോട് പ്രത്യേകിച്ച് വാത്സല്യം കൂടുതൽ കാണിച്ച ആളായിരുന്നു അമ്മമ്മ. അച്ചാച്ചൻ ഒരു ഗവൺമെന്റ് ഉദ്യോഗസ്ഥനായിരുന്നു. ഞാൻ ജനിക്കുന്നതിനു മൂന്നു നാല് മാസം മുൻപായിരുന്നു അച്ചാച്ചൻ മരിച്ചത്. അവരുടെ പെൻഷൻ തുക അമ്മമ്മയ്ക്ക് കിട്ടുമായിരുന്നു. അതിനെക്കൊണ്ട് അവർ

മക്കളെയൊന്നും ആശ്രയിക്കാതെയായിരുന്നു ജീവിച്ചത്. ചെറുപ്പത്തിൽ ഞാൻ അമ്മമ്മയുടെ അടുത്ത് കിടക്കാൻ പോകുമായിരുന്നു. അക്കാലത്ത് ഞാൻ ഏറ്റവും കൂടുതൽ സഞ്ചാരിച്ചത് അവരുടെ കൂടെയാണ്. രണ്ടു മൂന്നു തെയ്യങ്ങൾ കെട്ടിയാടുന്ന ഒരു തറവാട്ടിൽ പിറന്നതായിരുന്നു അമ്മമ്മ. തെയ്യങ്ങളെ കുറിച്ചും മറ്റും ഞാൻ ആദ്യം കേൾക്കുന്നത് അവരുടെ അടുത്ത് നിന്നാണ്. വിഷു വരുമ്പോൾ ഞാൻ അമ്മമ്മയുടെ അടുത്തേക്ക് ഓടും; കാരണം കൂടുതൽ പൈസ കൈനീട്ടം അവിടെ നിന്നാണ് കിട്ടുക.

ഞാൻ കോളേജിൽ പഠിക്കുമ്പോൾ എന്റെ വട്ടച്ചെലവിനുള്ള പൈസ അമ്മമ്മയുടെ അടുത്ത് നിന്നാണ് എനിക്ക് കിട്ടിയത്. എന്തെങ്കിലും കളവ് പറഞ്ഞായിരിക്കും ഞാൻ വാങ്ങാറ്, അത് അവർക്കും അറിയാമായിരിക്കും. അമ്മമ്മയ്ക്ക് അസുഖം വന്നു ആശുപത്രിയിൽ കിടക്കുമ്പോൾ മിക്കവാറും കൂടെ ഞാൻ ഉണ്ടാകും. എന്റെ കല്യാണം ഏറ്റവും കൂടുതൽ ആഗ്രഹിച്ച അമ്മമ്മയ്ക്ക് പക്ഷേ അത് കാണാൻ പറ്റിയില്ല. എന്റെ കല്യാണത്തിന് കുറച്ചു മാസങ്ങൾക്ക് മുന്നേ അമ്മമ്മ നമ്മളെ വിട്ടു പോയിരുന്നു.

രണ്ട് സ്വപ്നങ്ങൾ, രണ്ട് ചതിക്കുഴികൾ

ആശിച്ചു പണിത പുതിയ വീടിന്റെ ഉമ്മറത്ത്, പ്രഭാതത്തിലെ തണുത്ത കാറ്റേറ്റ് പത്രം വായിച്ചിരിക്കുകയായിരുന്നു ഞാൻ. മനസ്സ് നിറയെ പുതിയ സ്വപ്നങ്ങളായിരുന്നു. അപ്പോഴാണ് ആ പരസ്യം കണ്ണിൽ ഉടക്കിയത്—"പേപ്പർ ഗ്ലാസ് നിർമ്മാണ യൂണിറ്റ്. റോ മെറ്റീരിയൽസ് ഞങ്ങൾ നൽകും, ഉൽപ്പന്നങ്ങൾ ഞങ്ങൾ തന്നെ തിരിച്ചെടുക്കും."

രണ്ട് ലക്ഷം രൂപയുടെ നിക്ഷേപം. ലാഭം ഉറപ്പ്. നിലവിലെ ബിസിനസ്സ് പാർട്ണറായ മച്ചുനിയനെ വിളിച്ചപ്പോൾ അവനും ആവേശം. ചെന്നൈയിലെ അവരുടെ ഓഫീസിൽ ചെന്നപ്പോൾ ലഭിച്ച രാജകീയ

സ്വീകരണം ആത്മവിശ്വാസം വർദ്ധിപ്പിച്ചു. ഒന്നും ആലോചിച്ചില്ല, കഷ്ടപ്പെട്ട് ഉണ്ടാക്കിയ രണ്ട് ലക്ഷം രൂപ അവരുടെ കൈകളിൽ ഏൽപ്പിച്ചു. പക്ഷേ, മാസങ്ങൾ കഴിഞ്ഞപ്പോൾ ആ സ്വപ്നത്തിന്റെ നിറം മങ്ങി. മെഷീൻ വന്നില്ല, ഓഫീസുകൾ പൂട്ടി അവർ സ്ഥലം മാറി. പോലീസ് സ്റ്റേഷനും കോടതിയും കയറി ഇറങ്ങിയപ്പോൾ ബോധ്യമായി—അധ്വാനിച്ചുണ്ടാക്കിയ പണം ചതിക്കുഴിയിൽ വീണിരിക്കുന്നു.

ആ കേസിന്റെ ആവശ്യത്തിന് ചെന്നൈയിൽ പോയപ്പോഴാണ് അടുത്ത അബദ്ധത്തിലേക്കുള്ള യാത്ര തുടങ്ങുന്നത്. ബിസിനസ്സ് തകർന്ന വേദന മാറ്റാൻ ഒരു കോഴ്സ് പഠിക്കാമെന്നു കരുതി. അതിന്റെ ആവശ്യത്തിനായി ബാംഗ്ലൂരിലുള്ള ഒരാളെ കാണണം. രാത്രി ചെന്നൈയിൽ നിന്നും വോൾവോ ബസ് കയറി പുലർച്ചെ മടിവാളയിൽ ഇറങ്ങുമ്പോൾ മനസ്സ് അസ്വസ്ഥമായിരുന്നു.

മടിവാളയിലെ തിരക്കിൽ ഒരു ഓട്ടോക്കാരൻ എന്നെ പിടികൂടി. കലാശിപാളയത്തെ ഒരു ലോഡ്ജിൽ അവൻ എന്നെ എത്തിച്ചു. യാത്രയ്ക്കിടയിൽ എന്റെ സങ്കടങ്ങൾ കേട്ട് അവൻ ഐക്യദാർഢ്യം പ്രകടിപ്പിച്ചു. കുളിച്ച് ഫ്രഷാകുമ്പോഴേക്കും അവൻ മുറിവാതിൽക്കൽ ഹാജർ! "സാറിന് പോകേണ്ടിടത്ത് ഞാൻ കൊണ്ടുവിടാം" എന്നവന്റെ വാഗ്ദാനം വിശ്വസിച്ച് ഞാൻ ആ ഓട്ടോയിൽ കയറി. ലാപ്ടോപ്പിൽ ഒരു സോഫ്റ്റ്വെയർ കയറ്റാനായിരുന്നു ആ യാത്ര. പക്ഷേ, ആ കോഴ്സും സോഫ്റ്റ്വെയറും ഒടുവിൽ ലക്ഷങ്ങൾ നഷ്ടപ്പെടുത്തിയ മറ്റൊരു പാഴ്വേലയായി മാറി.

തിരിച്ച് നാട്ടിലേക്ക് വരാൻ ശനിയാഴ്ച വൈകുന്നേരം ബസ് തിരഞ്ഞപ്പോൾ ഒന്നിലും സീറ്റില്ല. ഒടുവിൽ സാറ്റലൈറ്റ് സ്റ്റാൻഡിൽ നിന്ന് കണ്ണൂർ വഴിയുള്ള കെ.എസ്.ആർ.ടി.സി ബസ്സിൽ കയറി. ഇരിട്ടി വരെ സീറ്റില്ലാതെ നിന്നുകൊണ്ടും, ബസ്സിന്റെ പ്ലാറ്റ്ഫോമിൽ കിടന്നും

നടത്തിയ ആ യാത്ര ഒരൊറ്റ ലക്ഷ്യത്തിലേക്കായിരുന്നു—ഓപ്പറേഷൻ കഴിഞ്ഞ് ആശുപത്രിയിൽ കിടക്കുന്ന അമ്മയുടെ അടുത്തേക്ക്.

പയ്യന്നൂരിലെ ആ ആശുപത്രി വാർഡിൽ അമ്മയുടെ അരികിലെത്തുമ്പോൾ ഉള്ളിലൊരു വിങ്ങലായിരുന്നു. നല്ല ഉദ്ദേശത്തോടെ തുടങ്ങിയ രണ്ട് കാര്യങ്ങൾ ലക്ഷങ്ങൾ നഷ്ടപ്പെടുത്തിയ ദുസ്വപ്നങ്ങളായി മാറി. ചെന്നൈയിലെ ആഡംബര ഓഫീസും മടിവാളയിലെ ആ ഓട്ടോക്കാരനും എനിക്ക് നൽകിയത് ജീവിതത്തിലെ ഏറ്റവും വലിയ പാഠങ്ങളായിരുന്നു. കയ്പ്പേറിയ ആ അനുഭവങ്ങൾ ഇന്നും ഒരു തേങ്ങലായി ഉള്ളിലുണ്ട്.

കോയമ്പത്തൂർ യാത്രയും കുറഞ്ഞ വിലയിലെ 'കെണിയും'

കേബിൾ ടിവി ബിസിനസ് പച്ചപിടിച്ചു വരുന്ന കാലം. പുതിയൊരു ഏരിയയിൽ പത്തോളം വീടുകൾ കണക്ഷനായി കാത്തിരിക്കുന്നു. കയ്യിലാണെങ്കിൽ വലിയ തുക മുടക്കാനില്ലാത്ത 'ബാലാരിഷ്ടത' മാറാത്ത സമയം. കുറഞ്ഞ വിലയ്ക്ക് സാധനങ്ങൾ കിട്ടുമെന്ന സുഹൃത്തിന്റെ വാക്കിന്മേൽ അന്ന് വൈകുന്നേരം തന്നെ പയ്യന്നൂരിൽ നിന്നും കോയമ്പത്തൂരിലേക്ക് വണ്ടി കയറി. കിട്ടിയ അഡ്വാൻസ് തുകയും കയ്യിലുള്ള സമ്പാദ്യവും കൂട്ടിപ്പിടിച്ച് ഒരു പ്രത്യാശയുടെ യാത്രയായിരുന്നു അത്.

പുലർച്ചെ കോയമ്പത്തൂരിലെത്തി, ചായയും കുടിച്ച് ഫ്രഷ് ആയി കടകളിലേക്ക് തിരിച്ചു. പറഞ്ഞതുപോലെ തന്നെ നാട്ടിലെക്കാൾ വലിയ വിലക്കുറവ്! ആവശ്യമായ കേബിളും മറ്റ് ഉപകരണങ്ങളും വാങ്ങി. രാത്രി ട്രെയിനിൽ കയറ്റാൻ കടക്കാരെ ഏൽപ്പിച്ച് നേരെ സ്റ്റേഷനിലേക്ക്. സന്ധ്യയ്ക്ക് സാധനങ്ങൾ ഓട്ടോയിൽ കയറ്റി സ്റ്റേഷനിലെത്തിച്ചപ്പോൾ തുടങ്ങിയതാണ് യഥാർത്ഥ 'പരീക്ഷണങ്ങൾ'.

സ്റ്റേഷനിൽ വെച്ച് ഓരോരുത്തരായി വന്ന് ബില്ലും ടാക്സും ചോദിച്ചു തുടങ്ങി. നൂറു രൂപ കൊടുത്തപ്പോൾ ഒരാൾ പോയി, പിന്നാലെ അടുത്തവർ. കയ്യിലുള്ള പണം ഓരോരുത്തർക്കായി വീതിച്ചു നൽകേണ്ടി വന്നു. ഒടുവിൽ ട്രെയിൻ വന്നപ്പോൾ സമാധാനമായി എന്ന് കരുതിയെങ്കിലും, പോത്തനൂർ എത്തുന്നതിന് മുൻപ് അടുത്ത ആൾ എത്തി. കയ്യിൽ ഇനി നോട്ടുകളില്ലെന്ന് പറഞ്ഞപ്പോൾ, പോക്കറ്റിലെ ഒരു രൂപയുടെയും രണ്ടു രൂപയുടെയും ചില്ലറത്തുട്ടുകൾ പെറുക്കിക്കൂട്ടി പത്തു രൂപ അയാൾക്ക് നൽകി. ആ ചില്ലറകൾ അയാളെ തൃപ്തിപ്പെടുത്തിയിരിക്കാം, അയാൾ അവിടെ ഇറങ്ങി.

പയ്യന്നൂർ സ്റ്റേഷനിൽ സാധനങ്ങൾ ഇറക്കി വണ്ടി വിളിക്കാൻ പോയി വന്നപ്പോൾ കണ്ട കാഴ്ച അല്പം ഭയപ്പെടുത്തുന്നതായിരുന്നു. സാധനങ്ങൾ പുറത്തേക്ക് കൊണ്ടുപോകണമെങ്കിൽ അവിടെയും കൊടുക്കണം ഫൈൻ! കയ്യിൽ പണമില്ലാതെ കുഴങ്ങിയപ്പോൾ അനിയന്റെ സമയോചിതമായ ഇടപെടൽ തുണയായി. "ഫൈൻ അടച്ചോ?" എന്ന ചോദ്യത്തിന് "അതൊന്നും നോക്കണ്ട, വേഗം പോകാം" എന്ന അവന്റെ മറുപടിയിൽ ആശ്വാസത്തോടെ വണ്ടിയിൽ കയറി. പെരിങ്ങോം എത്തിയപ്പോഴാണ് ശരിക്കും ശ്വാസം നേരെ വീണത്.

അടുത്ത ദിവസം തന്നെ ആവേശത്തോടെ കേബിളുകൾ വലിച്ചു, കണക്ഷനുകൾ നൽകി. പക്ഷേ, ആ സന്തോഷത്തിന് ഒരു വർഷത്തെ ആയുസ്സേ ഉണ്ടായിരുന്നുള്ളൂ. കുറഞ്ഞ വിലയ്ക്ക് വാങ്ങിയ ആ കേബിളുകളെല്ലാം തകരാറിലായി. അന്ന് ലാഭിച്ച പണത്തേക്കാൾ ഇരട്ടി നഷ്ടം വരുത്തിക്കൊണ്ട് അവയെല്ലാം മാറ്റി സ്ഥാപിക്കേണ്ടി വന്നു.

"ഗുണനിലവാരമില്ലാത്ത കുറഞ്ഞ വില, ഭാവിയിലെ വലിയ നഷ്ടമാണ്."

അന്ന് പഠിച്ച ആ പാഠം ഇന്നും മനസ്സിലുണ്ട്. ഏത് മേഖലയിലായാലും ക്വാളിറ്റിക്ക് മുൻഗണന നൽകിയില്ലെങ്കിൽ നമ്മൾ പടുത്തുയർത്തുന്നതെല്ലാം ഒരു വർഷം കൊണ്ട് തകർന്നു വീഴുമെന്ന് ആ കോയമ്പത്തൂർ യാത്ര എന്നെ പഠിപ്പിച്ചു.

ഒളിച്ചോട്ടം: ഹരിയുടെ വാനപ്രസ്ഥം

"എവിടേക്ക്?" ഈ ചോദ്യത്തിന് ഹരിയുടെ ഉള്ളിൽ പ്രസക്തിയുണ്ടായിരുന്നില്ല. എല്ലാം നഷ്ടപ്പെട്ടവന് ദിശകളില്ല, വെറും വഴികൾ മാത്രമേയുള്ളൂ. സ്മാർട്ട്ഫോൺ നേരത്തെ തന്നെ ഉപേക്ഷിച്ചിരുന്നു. കയ്യിലുള്ള പഴയ നോക്കിയ കീപാഡ് ഫോണിലെ സിം കാർഡ് ഊരി ദൂരേക്ക് എറിഞ്ഞപ്പോൾ, ലോകവുമായുള്ള അവസാനത്തെ നേർത്ത നൂൽപ്പാലവും മുറിഞ്ഞു. ബാങ്ക് അക്കൗണ്ട് ക്ലോസ് ചെയ്ത് കിട്ടിയ ആ ചെറിയ തുക മാത്രമാണ് ഇപ്പോൾ ഏക സമ്പാദ്യം.

ജാക്ക് റീച്ചറെപ്പോലെ ഒരു ബാഗ് പോലുമില്ലാതെ, ഇട്ടിരിക്കുന്ന ഒരു ജോഡി വസ്ത്രവും ഒരു ബ്രഷും കുറച്ച് രൂപയുമായി അവൻ ഇറങ്ങിത്തിരിച്ചു. പക്ഷേ, റീച്ചറെപ്പോലെ ഒരു പോരാളിയല്ല താനെന്ന് അവനറിയാമായിരുന്നു. ഇതൊരു ഒളിച്ചോട്ടമാണ്; തന്നിൽ നിന്ന് തന്നെയും താൻ ഇതുവരെ ജീവിച്ച ലോകത്ത് നിന്നും.

യാത്ര തുടങ്ങിയത് തിരുനെല്ലിയിൽ നിന്നാണ്. തന്റെ കൂടെയുണ്ടായിരുന്നവർക്കും, ഒപ്പം തന്നെ തന്റെ തന്നെ മരിച്ചുപോയ ഭൂതകാലത്തിനും ബലിയിട്ടു കൊണ്ട് അവൻ ആ മലയിറങ്ങി. മാനന്തവാടിയിൽ പഴശ്ശിരാജാവിന്റെ ശവകുടീരത്തിന് മുന്നിൽ നിൽക്കുമ്പോൾ, തോൽക്കാൻ സമ്മതിക്കാതെ പോരാടിയ ആ വീരഗാഥ അവനെ ഒന്ന് പിടിച്ചുലച്ചു. പക്ഷേ, ഹരിക്ക് ഇപ്പോൾ സമാധാനമായിരുന്നു വേണ്ടത്.

ബത്തേരി വഴി ഹിമവദ് ഗോപാലസ്വാമി ബെട്ടയിലെ കുന്നിൻമുകളിൽ എത്തിയപ്പോൾ പ്രകൃതി അവനെ തണുപ്പുകൊണ്ട് പുതപ്പിച്ചു. 'ബെട്ട' എന്നാൽ കന്നഡയിൽ കുന്നെന്നാണെന്ന് ആരോ പറഞ്ഞത് അവൻ ഓർത്തു. അവിടെ തൊഴുത്, കിട്ടിയ ഭക്ഷണം കഴിച്ച് നേരെ ഗുഡല്ലൂർ വഴി ഊട്ടിയിലേക്ക്.

രണ്ടു ദിവസം ഊട്ടിയിൽ. ആഡംബരങ്ങളില്ലാതെ, ബസ് സ്റ്റാൻഡിന് അടുത്തുള്ള 'അമ്മ റെസ്റ്റോറന്റിൽ' നിന്ന് വയറു നിറയെ കഴിച്ച് അവൻ തെരുവുകളിലൂടെ നടന്നു. ഒടുവിൽ ഊട്ടി റെയിൽവേ സ്റ്റേഷനിൽ എത്തിയപ്പോൾ, അവിടുത്തെ വിഖ്യാതമായ ടോയ് ട്രെയിൻ കൂവിവിളിച്ചു കൊണ്ട് നീങ്ങുന്നത് അവൻ നോക്കിനിന്നു.

ആ ട്രെയിനിന് ഒരു ലക്ഷ്യമുണ്ട്, കൃത്യമായ പാളങ്ങളുണ്ട്. പക്ഷേ ഹരിക്ക് അതില്ല. ചുറ്റുമുള്ള വിനോദസഞ്ചാരികളുടെ ബഹളങ്ങൾക്കിടയിലും അവൻ ഒരു തുരുത്തുപോലെ ഒറ്റപ്പെട്ടു നിന്നു. ഇനി എങ്ങോട്ട്?

കുറച്ചു ദൂരെ മാറി നീലഗിരിയുടെ താഴ്വരകൾ കാണാം. മേട്ടുപ്പാളയത്തേക്കുള്ള ആ ചെറിയ ട്രെയിനിൽ കയറിയാൽ ഒരുപക്ഷേ പുതിയൊരു ലോകം കാണുമായിരിക്കും. അല്ലെങ്കിൽ സത്യമംഗലം കാടുകളിലേക്കോ, അതുമല്ലെങ്കിൽ തമിഴ്നാടിന്റെ ഉൾഗ്രാമങ്ങളിലേക്കോ നീങ്ങാം. ആരും തന്നെ തിരിച്ചറിയാത്ത, ആരും തന്നെ ചോദ്യം ചെയ്യാത്ത ഒരിടം.

കീശയിലെ ആ പഴയ നോക്കിയ ഫോണിൽ ചാർജ്ജ് തീരാറായിരുന്നു. അത് ഓഫ് ആയിക്കഴിഞ്ഞാൽ ഹരി എന്ന മനുഷ്യൻ ഈ ഡിജിറ്റൽ ലോകത്ത് നിന്ന് പൂർണ്ണമായും മാഞ്ഞുപോകും. ഒരു പഴയ ബസ് കണ്ടക്ടറുടെ കൃത്യതയോടെ അവൻ തന്റെ ജീവിതത്തിന്റെ ബാക്കി ടിക്കറ്റുകൾ കീറി ദൂരെയെറിഞ്ഞു.

ഊട്ടിയിൽ നിന്ന് ഹരി നടത്തം തുടങ്ങി. ലക്ഷ്യം ഹിമാലയമായിരുന്നു. കയ്യിലുള്ള പണം തീരുന്നത് വരെ ബസ്സുകളെ ആശ്രയിച്ചു, പിന്നെ നടത്തം മാത്രമായി. ഒരു ജോഡി വസ്ത്രവും മരവിച്ച മനസ്സുമായി അവൻ ഇന്ത്യയുടെ ഗ്രാമങ്ങളിലൂടെ നടന്നുനീങ്ങി. സ്മാർട്ട് ഫോണിന്റെ തിളക്കമില്ലാത്ത, ഇന്റർനെറ്റിന്റെ വേഗതയില്ലാത്ത യഥാർത്ഥ ഇന്ത്യയെ അവൻ അവിടെ കണ്ടു.

യാത്രയിൽ അവൻ ഒരു സിദ്ധാർത്ഥനെയോ ജാക്ക് റീച്ചറെയോ അനുകരിച്ചില്ല, പകരം ഒരു മണ്ണറിഞ്ഞ മനുഷ്യനായി മാറി. രാത്രികളിൽ ഗ്രാമങ്ങളിലെ അമ്പലങ്ങളിലോ പള്ളികളിലോ അവൻ അഭയം തേടി. അവിടെ നിന്ന് കിട്ടുന്ന അന്നദാനവും പ്രസാദവും കഴിച്ച് വിശപ്പടക്കി. തമിഴ്നാട്ടിലെ പാടശേഖരങ്ങളിൽ നിന്നും ആന്ധ്രയിലെ ഗ്രാമങ്ങളിലൂടെയും ഉത്തരേന്ത്യൻ സമതലങ്ങളിലൂടെയും അവൻ നടന്നു. ഓരോ ഗ്രാമത്തിലും ഓരോ ഭാഷയായിരുന്നു, ഓരോ സംസ്കാരമായിരുന്നു. പക്ഷേ, വിശപ്പിന്റെയും സ്നേഹത്തിന്റെയും ഭാഷ ഒന്നുതന്നെയാണെന്ന് അവൻ തിരിച്ചറിഞ്ഞു.

ആരോടും ഒരു പ്രതിബദ്ധതയുമില്ലാത്ത യാത്ര. ആരെയും ഒന്നും ബോധിപ്പിക്കാനില്ല. വഴിയിൽ കണ്ടുമുട്ടുന്നവർ അവന് വെറും കാഴ്ചകൾ മാത്രമായിരുന്നു. പക്ഷേ, ആ കാഴ്ചകൾ അവന്റെയുള്ളിൽ പതുക്കെ മാറ്റങ്ങൾ വരുത്തിത്തുടങ്ങി. താൻ അനുഭവിച്ച സങ്കടങ്ങളേക്കാൾ വലിയ നോവുകൾ പേറുന്ന മനുഷ്യരെ അവൻ കണ്ടു. എന്നിട്ടും പുഞ്ചിരിക്കുന്ന അവരുടെ മുഖങ്ങൾ ഹരിയെ ഇരുത്തിച്ചിന്തിപ്പിച്ചു.

ഒടുവിൽ ഹിമാലയത്തിന്റെ തണുപ്പിൽ അവൻ എത്തിച്ചേർന്നു. മഞ്ഞുമൂടിയ മലനിരകൾക്ക് മുന്നിൽ നിൽക്കുമ്പോൾ തന്റെ അഹങ്കാരവും സങ്കടങ്ങളും എത്ര ചെറുതാണെന്ന് അവൻ

മനസ്സിലാക്കി. അവിടെ നിന്ന് കശ്മീരിലെ താഴ്‌വരകളിലേക്ക്. മഞ്ഞിന്റെ വെണ്മയും അവിടുത്തെ മനുഷ്യരുടെ കഠിനമായ ജീവിത സാഹചര്യങ്ങളും കണ്ടപ്പോൾ ഒളിച്ചോട്ടം അവസാനിക്കേണ്ട സമയം അതിക്രമിച്ചുവെന്ന് ഹരിക്ക് തോന്നി.

കശ്മീരിൽ നിന്ന് തിരികെ നാട്ടിലേക്ക് മടങ്ങുമ്പോൾ പഴയ ഹരിയല്ലായിരുന്നു വണ്ടിയിലിരുന്നത്. യാത്ര തുടങ്ങിയപ്പോൾ ഉണ്ടായിരുന്ന വിരക്തി ഇപ്പോൾ ഒരുതരം ശാന്തതയായി മാറിയിരിക്കുന്നു. ലോകവുമായുള്ള ബന്ധം വിച്ഛേദിക്കാൻ ഇറങ്ങിപ്പുറപ്പെട്ടവൻ, ഒടുവിൽ ലോകത്തെ മുഴുവൻ തന്റെ ഉള്ളിലേറ്റിയാണ് തിരിച്ചുവരുന്നത്.

നാട്ടിലെത്തുമ്പോൾ ഹരിയുടെ ചിന്തകൾ മാറിമറിഞ്ഞിരുന്നു. ലക്ഷ്യങ്ങൾ പുതിയതായിരുന്നു. സ്വന്തം വേദനകളിൽ തളർന്നിരിക്കാനല്ല, മറിച്ച് താൻ കണ്ട ആ വലിയ ലോകത്തിലെ ചെറിയൊരു വെളിച്ചമായി മാറാനാണ് അവൻ ഇപ്പോൾ ആഗ്രഹിക്കുന്നത്.

നാട്ടിൽ തിരിച്ചെത്തിയ ഹരിയെ കണ്ട് പഴയ സുഹൃത്തുക്കളും പരിചയക്കാരും അത്ഭുതപ്പെട്ടു. മാസങ്ങൾ നീണ്ട യാത്ര അവന്റെ ശരീരത്തെ കരുവാളിപ്പിച്ചിരുന്നു, പക്ഷേ ആ കണ്ണുകളിൽ മുമ്പില്ലാത്തൊരു തിളക്കമുണ്ടായിരുന്നു. ഒളിച്ചോടിയവന്റെ ഭീരുത്വമല്ല, എല്ലാം കണ്ടറിഞ്ഞവന്റെ ശാന്തതയായിരുന്നു അത്.

ബലിയിട്ട കൈകൾ ഇനി പണിയെടുക്കുന്നത് മറ്റുള്ളവർക്ക് വേണ്ടിയാണ്. തന്റെ അക്കൗണ്ടിലുണ്ടായിരുന്ന ബാക്കി തുകയും, തന്റെ ചെറിയ സമ്പാദ്യങ്ങളും ഉപയോഗിച്ച് അവൻ ഒരു പുതിയ തുടക്കം കുറിച്ചു. ഇനി തനിക്ക് വേണ്ടി ഒന്നും വേണ്ട എന്ന ഉറച്ച തീരുമാനത്തിലായിരുന്നു അവൻ. താൻ യാത്രയിൽ കണ്ടുമുട്ടിയ,

പട്ടിണി അനുഭവിക്കുന്ന ഗ്രാമീണരെയും നിരാലംബരായ മനുഷ്യരെയും അവൻ ഓർത്തു.

ഹരി ഇപ്പോൾ ഒരു 'വഴികാട്ടി'യാണ്. ഒരുപക്ഷേ പഴയ കണ്ടക്ടർ ജോലിയിലേക്ക് തിരികെ പോയെങ്കിലും, ഇന്ന് അവൻ ടിക്കറ്റ് മുറിക്കുന്നത് വെറുമൊരു ജോലിയായല്ല. ബസ്സിൽ കയറുന്ന ഓരോ മനുഷ്യനിലും അവൻ ഇന്ത്യയുടെ ആത്മാവിനെ കാണുന്നു. ആർക്കെങ്കിലും ഒരു മരുന്ന് വാങ്ങിക്കൊടുക്കാനോ, ഒരു കുട്ടിയുടെ പഠനത്തിന് സഹായിക്കാനോ, വഴിയിൽ കാണുന്ന വിശക്കുന്നവന് ആഹാരം നൽകാനോ ഹരി മുൻപിലുണ്ട്.

ആരോടും ഒരു കമ്മിറ്റ്മെന്റും ഇല്ലാതെ യാത്ര തിരിച്ചവൻ, ഇന്ന് ലോകത്തോടു മുഴുവൻ സ്നേഹത്താൽ ബന്ധിക്കപ്പെട്ടിരിക്കുന്നു. സ്മാർട്ട് ഫോണില്ലാത്ത, സോഷ്യൽ മീഡിയയില്ലാത്ത അവന്റെ ലോകത്ത് 'നന്മ' എന്നത് ഒരു പരസ്യമല്ല, അതൊരു ശ്വാസമാണ്. തിരുനെല്ലിയിലെ പാപിനാശിനിയിൽ ഒഴുക്കിവിട്ടത് തന്റെ സങ്കടങ്ങളായിരുന്നില്ല, മറിച്ച് തന്റെ സ്വാർത്ഥതയായിരുന്നു എന്ന് അവൻ തിരിച്ചറിഞ്ഞു.

മറ്റുള്ളവരുടെ പുഞ്ചിരിയിൽ സ്വന്തം സമാധാനം കണ്ടെത്തുന്ന ഹരി, ഇപ്പോൾ ഒരു യഥാർത്ഥ 'സിദ്ധാർത്ഥൻ' തന്നെയാണ്—കൊട്ടാരം വിട്ടിറങ്ങിയവനല്ല, മറിച്ച് ജീവിതത്തിന്റെ പരുക്കൻ വഴികളിലൂടെ നടന്ന് ബുദ്ധനായവൻ.

നഷ്ടപ്പെട്ട ഞായറാഴ്ചകൾ

അന്ന് കലണ്ടറിലെ ചുവന്ന അക്കങ്ങൾക്ക് ഇന്നത്തെക്കാൾ തിളക്കമുണ്ടായിരുന്നു. ഗ്രാമത്തിൽ കറണ്ടില്ല, വീട്ടിൽ ടി.വി.യുമില്ല. പക്ഷേ, ശനിയാഴ്ച വൈകുന്നേരം തൊട്ടേ മനസ്സിൽ ഒരു വെട്ടം

തെളിയും. 'മാതൃഭൂമി' ആഴ്ചപ്പതിപ്പിലെ മഹാഭാരതം പേജ് വായിച്ച്, വരാനിരിക്കുന്ന എപ്പിസോഡിന്റെ ചിത്രം മനസ്സിൽ വരച്ചുതീർക്കും.

ആ രണ്ട് കിലോമീറ്റർ ദൂരം

ഞായറാഴ്ച രാവിലെ പത്തു മണിയാകുമ്പോഴേക്കും അയൽപക്കത്തെ ദൂരെയുള്ള ആ 'ഭാഗ്യവാനായ' അയൽക്കാരന്റെ വീട്ടിലേക്ക് നടത്തം തുടങ്ങും. രണ്ടോ മൂന്നോ കിലോമീറ്റർ നടക്കുന്നത് ഒരു ഭാരമേ ആയിരുന്നില്ല. വഴിനീളെ ചർച്ച മഹാഭാരതത്തിലെ യുദ്ധതന്ത്രങ്ങളെക്കുറിച്ചായിരിക്കും. കൃഷ്ണന്റെ ഉപദേശവും ഭീമന്റെ ഗദായുദ്ധവും കണ്ട്, പിന്നാലെ വരുന്ന 'ഹീമാനും' ആസ്വദിച്ച് തിരിച്ചിറങ്ങുമ്പോൾ മനസ്സ് നിറയെ ഒരു വലിയ ലോകം കണ്ട സംതൃപ്തിയായിരുന്നു.

"മിലെ സുർ മേരാ തുമാര..." എന്ന ഈണം കാതിൽ തങ്ങിനിൽക്കുമ്പോഴേക്കും വീട്ടിലെത്തും. അന്ന് വിശപ്പുണ്ടായിരുന്നു, പട്ടിണിയുണ്ടായിരുന്നു. പക്ഷേ, എല്ലാവരും ഒരുമിച്ചിരുന്നു കഴിക്കുന്ന ആ കഞ്ഞിയ്ക്കും പയറിനും പത്തിരട്ടി രുചിയായിരുന്നു.

പാടത്തെ ലോകകപ്പ്

ഉച്ചകഴിഞ്ഞാൽ പിന്നെ ഞങ്ങളുടെ സാമ്രാജ്യം തൊട്ടടുത്ത പാടമാണ്. ഒറിജിനൽ ക്രിക്കറ്റ് ബോൾ വാങ്ങാൻ പണമില്ലാത്തതുകൊണ്ട് പഴയ കടലാസുകൾ ചുരുട്ടിക്കൂട്ടി നൂലുകൊണ്ട് വരിഞ്ഞുകെട്ടി ഞങ്ങൾ 'തലമ' പന്തുണ്ടാക്കും.

"ഞാൻ സച്ചിൻ... നീ അസറുദ്ദീൻ!"

റേഡിയോ കമന്ററിയിലൂടെ കേട്ട ആവേശത്തിൽ ഞങ്ങൾ പാടത്ത് ബാറ്റുവീശും. ആൺകുട്ടികളും പെൺകുട്ടികളും എന്ന വേർതിരിവില്ലാതെ ഒളിച്ചുതപ്പിയും ഡപ്പാകളിയും കളിച്ച്

വൈകുന്നേരം ചെളിപുരണ്ട് വീട്ടിലെത്തുമ്പോൾ കിട്ടുന്ന സന്തോഷം... അതിന് ഇന്നത്തെ ഒരു സ്മാർട്ട്ഫോണിനും പകരമാവാൻ കഴിയില്ല.

മാറിയ കാലം

ഇന്ന് ഓരോ മുറിയിലും ടി.വി.യുണ്ട്, കയ്യിൽ ഇന്റർനെറ്റുണ്ട്. പക്ഷേ, ആ പഴയ കൂട്ടായ്മ എവിടെയോ നഷ്ടപ്പെട്ടു. അടുത്ത വീട്ടിലെ ചടങ്ങ് സ്വന്തം വീട്ടിലേതെന്ന പോലെ ആഘോഷിച്ചിരുന്ന ആ കാലം പോയ്മറഞ്ഞു. ഇന്ന് എല്ലാവർക്കും പണമുണ്ട്, സൗകര്യങ്ങളുണ്ട്. പക്ഷേ, ആ പഴയ കടലാസ് പന്തിൽ ഒളിപ്പിച്ചു വെച്ചിരുന്ന ആ ശുദ്ധമായ ചിരി മാത്രം എവിടെയോ മറഞ്ഞുപോയിരിക്കുന്നു.

ആ കാലം ഇനി തിരിച്ചു വരില്ലായിരിക്കാം, പക്ഷേ നമ്മുടെ ഉള്ളിൽ ആ പാടവും ആ പഴയ ക്രിക്കറ്റ് കളിയും ഇന്നും ബാക്കിയുണ്ട്.

കൊറോണ: മലയാളിയുടെ പൊങ്ങച്ചത്തിന് പ്രകൃതി നൽകിയ ഒരു 'ബ്രേക്ക്'?

ലോകം മുഴുവൻ പേടിയോടെ നോക്കിക്കണ്ട കൊറോണക്കാലം മലയാളികൾക്ക് വെറുമൊരു അസുഖത്തിന്റെ കാലം മാത്രമായിരുന്നില്ല. അത് നമ്മുടെ ജീവിതശൈലിയെ അടിമുടി മാറ്റിയ, കണ്ണുതുറപ്പിച്ച ഒരു കാലമായിരുന്നു. തിരിഞ്ഞുനോക്കുമ്പോൾ ഒരു ചോദ്യം ബാക്കിയാവുന്നു—കൊറോണ യഥാർത്ഥത്തിൽ ഒരു ശാപമായിരുന്നോ അതോ നമ്മെ തിരുത്തിയ ഒരു അനുഗ്രഹമായിരുന്നോ?

അസുഖങ്ങൾ പടിക്ക് പുറത്തായ കാലം

കൊറോണക്കാലത്ത് നാം ശ്രദ്ധിച്ച ഒരു കാര്യമുണ്ട്; ആശുപത്രികളിൽ തിരക്ക് കുറഞ്ഞു, മരുന്നുകടകളിൽ ആൾക്കാർ കുറഞ്ഞു. കൊറോണയല്ലാതെ മറ്റൊരു അസുഖവും അന്ന്

കേൾക്കാനില്ലായിരുന്നു. ഇതിൽ നിന്നും ഒരു കാര്യം വ്യക്തമാണ്– നമ്മുടെ ഭൂരിഭാഗം അസുഖങ്ങളും നമ്മുടെ 'ലൈഫ് സ്റ്റൈൽ' സമ്മാനിച്ചതായിരുന്നു. പുറത്തെ മോശം ഭക്ഷണവും, അമിതമായ ഓട്ടവും നിർത്തി വീട്ടിലെ ഭക്ഷണത്തിലേക്ക് മടങ്ങിയപ്പോൾ നമ്മുടെ രോഗപ്രതിരോധ ശേഷി വർദ്ധിച്ചു.

"നമുക്ക് എവിടെ നിന്നാണ് ഈ അസുഖം വരുന്നത്? പുറത്തു നിന്നുള്ള ഭക്ഷണം ആണോ അതോ വെറും സ്റ്റാറ്റസിന് വേണ്ടിയുള്ള വിളിച്ചു വരുത്തലാണോ?"

പൊങ്ങച്ചം പടിക്ക് പുറത്ത്, സമാധാനം അകത്ത്

മലയാളിയുടെ ഏറ്റവും വലിയ ശത്രുവായ 'പൊങ്ങച്ചം' അല്പമെങ്കിലും ഒന്ന് അടങ്ങിയത് ആ കാലത്താണ്. ലക്ഷങ്ങൾ പൊടിച്ച് നടത്തിയിരുന്ന ആഡംബര വിവാഹങ്ങൾ വെറും 20 പേരിലേക്ക് ഒതുങ്ങിയപ്പോൾ, എത്രയോ കുടുംബങ്ങൾ കടക്കെണിയിൽ പെടാതെ രക്ഷപ്പെട്ടു! കല്യാണത്തിന് ആളെ വിളിച്ചു പൊങ്ങച്ചം കാണിക്കാത്തത് കൊണ്ട് ആർക്കും ഒരു കുറവും സംഭവിച്ചില്ല. മറിച്ച്, അത് കുടുംബങ്ങൾ തമ്മിലുള്ള ബന്ധം കൂടുതൽ ദൃഢമാക്കുകയാണ് ചെയ്തത്.

തിരിച്ചറിവിന്റെ പാഠങ്ങൾ

മാസ്ക് ധരിക്കാനും കൈകൾ ശുദ്ധിയാക്കാനും പഠിച്ച മലയാളി, ദുശ്ശീലങ്ങൾ മാറ്റിവെക്കാനും ശീലിച്ചു. യൂട്യൂബ് നോക്കി പുതിയ വിഭവങ്ങൾ വീട്ടിൽ തന്നെ ഉണ്ടാക്കിയും, കുടുംബത്തോടൊപ്പം സമയം ചെലവഴിച്ചും നാം സന്തോഷം കണ്ടെത്തി. അസുഖം മൂലമുള്ള മരണത്തേക്കാൾ കൂടുതൽ പേടി നമ്മെ ഭരിച്ചിരുന്നു എന്നത് സത്യമാണെങ്കിലും, പ്രകൃതി നൽകിയ ആ ഒരു 'ഷട്ട്ഡൗൺ' നമ്മുടെ അനാവശ്യ ധൂർത്തിനും ആർഭാടത്തിനും എതിരെയുള്ള ഒരു താക്കീതായിരുന്നു.

സത്യത്തിൽ, കൊറോണ വന്നില്ലായിരുന്നുവെങ്കിൽ നാം ഇന്നും ആ പൊങ്ങച്ചത്തിന്റെ പുറകെ ഓടി വലിയൊരു കടക്കെണിയിൽ വീഴുമായിരുന്നില്ലേ?

തെയ്യവും മേലരിയും: അറിയാത്തവർ മിണ്ടാതിരിക്കുക

മലബാറിന്റെ മണ്ണിൽ തെയ്യം ഉറഞ്ഞുതുള്ളുന്നത് കേവലം പ്രദർശനത്തിനല്ല, മറിച്ച് നൂറ്റാണ്ടുകളായുള്ള ആചാരങ്ങളുടെയും ആത്മസമർപ്പണത്തിന്റെയും കരുത്തിലാണ്. ഇന്ന് തെയ്യത്തിന്റെ അനുഷ്ഠാനങ്ങളെക്കുറിച്ച്, പ്രത്യേകിച്ച് മേലരി (കനൽ) ചടങ്ങിനെക്കുറിച്ച് പലയിടത്തുനിന്നും വിമർശനങ്ങൾ ഉയരുന്നുണ്ട്. എന്നാൽ മേലരി എന്താണെന്നോ തെയ്യം എന്താണെന്നോ അറിയാത്തവരാണ് ഇതിന് പിന്നിലെന്ന് പറയേണ്ടി വരും.

മേലരി എന്നത് പീഡനമല്ല, പരകായപ്രവേശം

കണ്ടനാർ കേളനെപ്പോലെയുള്ള തെയ്യങ്ങൾ മേലരിയിൽ വീഴുന്നത് ആ പുരാവൃത്തത്തിന്റെ ഭാഗമാണ്. അത് കാണുന്ന ഭക്തർക്കോ, അത് ചെയ്യുന്ന കോലധാരിക്കോ ഇല്ലാത്ത എന്ത് പ്രശ്നമാണ് പുറത്തുള്ളവർക്ക്? 14 വയസ്സുള്ള കുട്ടികളെ നിർബന്ധിച്ച് തീയിലേക്ക് തള്ളുന്നു എന്ന രീതിയിലുള്ള പ്രചാരണങ്ങൾ തികച്ചും അടിസ്ഥാനരഹിതമാണ്. ഇത് പാരമ്പര്യമായി കിട്ടിയ സിദ്ധിയും വ്രതശുദ്ധിയുമാണ്. വിശ്വാസത്തിന്റെ ആ കനലിൽ അവർക്ക് പൊള്ളില്ല എന്ന സത്യം നേരിട്ട് കണ്ടവർക്ക് മാത്രമേ മനസ്സിലാകൂ.

ആചാരങ്ങൾ ആർക്ക് വേണ്ടിയാണ് മാറ്റേണ്ടത്?

തെയ്യം കെട്ടുന്നവർ കുട്ടികളാണെന്നും മുതിർന്നവരാണെന്നുമുള്ള വേർതിരിവല്ല അവിടെ പ്രധാനം, മറിച്ച് ദേവാംശം ഓരോ ശരീരത്തിലേക്കും ആവാഹിക്കപ്പെടുക എന്നതാണ്. മുത്തപ്പൻ തെയ്യം

കള്ള് നിവേദ്യമായി സ്വീകരിക്കുന്നതും, കതിവനൂർ വീരന്റെ ചടങ്ങുകളും ഒക്കെ ആചാരങ്ങളുടെ ഭാഗമാണ്. ഇതിനെയൊക്കെ 'ലഹരി ഉപയോഗം' എന്നോ 'ബാലപീഡനം' എന്നോ മുദ്രകുത്തുന്നത് മലബാറിന്റെ സംസ്കാരത്തെ അപമാനിക്കുന്നതിന് തുല്യമാണ്.

അറിയാത്തവർ മിണ്ടാതിരിക്കുക

കാഴ്ചക്കാരന്റെ യുക്തിക്ക് നിരക്കാത്ത പലതും വിശ്വാസത്തിൽ ഉണ്ടായേക്കാം. പക്ഷേ അത് ആ വിശ്വാസികളെയും ആചാരങ്ങളെയും സംബന്ധിച്ച് സത്യമാണ്.

"മലബാറിലെ തെയ്യങ്ങളെ കുറിച്ച് അറിയുന്നവർ ആരും ഇതിനെ എതിർക്കില്ല."

ഈ ആചാരങ്ങൾ മാറ്റണമെന്നു പറയുന്നവർക്ക് ഒരു ചെറിയ കുട്ടിയെ തീയിലേക്ക് വലിച്ചെറിയുന്ന കാഴ്ചയായി മാത്രമേ ഇതിനെ കാണാൻ കഴിയൂ. എന്നാൽ അത് ആ ദൈവത്തിന്റെ കരുത്താണെന്നും, കനലിനെ പൂവാക്കുന്ന വിശ്വാസമാണെന്നും തിരിച്ചറിയാൻ ആ മണ്ണിൽ ജനിച്ചു വളരണം. ആചാരങ്ങൾ ചിലരുടെ സൗകര്യത്തിന് വേണ്ടി മാറ്റാനുള്ളതല്ല, അത് വരുംതലമുറയ്ക്കായി കാത്തുസൂക്ഷിക്കേണ്ടവയാണ്.

സ്റ്റോക്ക്ഹോമിലെ മഞ്ഞുകാലം

ഇന്ന് ഡിസംബർ 10. ലോകം മുഴുവൻ നൊബേൽ സമ്മാന വിരുന്നിന്റെ തിളക്കത്തിലാണ്. സ്റ്റോക്ക്ഹോം സിറ്റി ഹാളിന്റെ ഗോപുരത്തിന് മുകളിലിരുന്ന് ഈ നഗരത്തിന്റെ സൗന്ദര്യം ആസ്വദിക്കുമ്പോൾ എന്റെ ഉള്ളിൽ ഓർമ്മകളുടെ ഒരു നീണ്ട നിര തന്നെയുണ്ട്. കുങ്ഷോല്മീൻ ദ്വീപിന്റെ ഈ തീരം അത്രമേൽ പ്രിയപ്പെട്ടതാണ്. അല്പം മുൻപ് വരെ ABBA മ്യൂസിയത്തിലെ സംഗീത ലോകത്തായിരുന്നു ഞാൻ. അലക്സാണ്ടർ ഐസാക്കിന്റെ ഫുട്ബോൾ

മാന്ത്രികതയെ കുറിച്ച് ചിന്തിക്കുമ്പോൾ പെട്ടെന്നാണ് സ്ലാറ്റന്റെ ആ ഐതിഹാസികമായ തിരിച്ചുവരവ് മനസ്സിലേക്ക് ഓടിയെത്തിയത്.

പക്ഷേ, ഇന്ന് ഇവിടെ ഇരിക്കുമ്പോൾ 2020-ലെ ആ കൊറോണ കാലമാണ് എന്നെ വല്ലാതെ വേട്ടയാടുന്നത്.

അതിജീവനത്തിന്റെ കൊറോണ കാലം

ഇന്ത്യയിൽ നിന്നും ഒരു സ്കോളർഷിപ്പുമായി സ്റ്റോക്ക്ഹോമിലെത്തിയ ആ പെൺകുട്ടിക്ക് മുന്നിൽ ലോകം നിശ്ചലമായ കാലമായിരുന്നു അത്. പഠനവും പാർട്ട് ടൈം ജോലിയുമായി മുന്നോട്ട് പോകുമ്പോഴാണ് കൊറോണയുടെ കടന്നുവരവ്. നാട്ടിൽ നിന്നും കാർഗോ വഴി വരുന്ന ആഹാര സാധനങ്ങളായിരുന്നു അന്ന് ഏക ആശ്വാസം.

അതിനിടയ്ക്കാണ് വിരസത മാറ്റാൻ ഞങ്ങൾ രണ്ടുപേർ ഒരു തീരുമാനമെടുത്തത്; വഴിയിൽ കാണുന്ന പ്ലാസ്റ്റിക് മാലിന്യങ്ങൾ പെറുക്കി നിശ്ചിത ബോക്സുകളിൽ ഇടുക. വെറുതെയിരിക്കുമ്പോൾ നഗരം വൃത്തിയാക്കാമെന്ന് കരുതി തുടങ്ങിയ ആ ചെറിയ പ്രവൃത്തി സിസിടിവിയിലൂടെ അധികൃതർ തിരിച്ചറിയുമെന്ന് ഞങ്ങൾ സ്വപ്നത്തിൽ പോലും കരുതിയില്ല.

അന്തസ്സുള്ള തൊഴിൽ

ഏത് ജോലിക്കും അതിന്റേതായ മാന്യതയുണ്ടെന്ന് ആ കാലം എന്നെ പഠിപ്പിച്ചു. സ്വന്തം ലാഭത്തിനല്ലെങ്കിലും ഒരു നഗരം വൃത്തിയാക്കുന്നതിൽ കിട്ടുന്ന സംതൃപ്തി വലുതാണ്. ആ ചെറിയ തുടക്കം പിന്നീട് എനിക്കൊരു വരുമാന മാർഗ്ഗമായി മാറുകയായിരുന്നു. സ്കോളർഷിപ്പുമായി വന്ന ഒരു വിദ്യാർത്ഥിനിയിൽ നിന്നും സ്വന്തം അധ്വാനം കൊണ്ട് ജീവിക്കുന്ന ഒരു വ്യക്തിയിലേക്കുള്ള വളർച്ച അവിടെ തുടങ്ങുകയായിരുന്നു.

ഇന്നിപ്പോൾ 2025-ൽ എത്തി നിൽക്കുമ്പോൾ ഞാൻ തികച്ചും സന്തോഷവതിയാണ്. പഠനവും ജോലിയും എല്ലാം ഒരു താളത്തിലായിരിക്കുന്നു. ഒരു കൂട്ടില്ല എന്നൊരു കുറവ് മാത്രമേ ഇപ്പോഴുള്ളൂ എന്ന് വീട്ടുകാർ സ്നേഹത്തോടെ ഓർമ്മിപ്പിക്കാറുണ്ട്. പക്ഷേ, സ്റ്റോക്ക്ഹോമിലെ ഈ മഞ്ഞുകണങ്ങൾക്കിടയിൽ ഇരിക്കുമ്പോൾ, കടന്നു വന്ന വഴികളിലെ ആ പ്ലാസ്റ്റിക് പെറുക്കിയ ദിവസങ്ങൾ എനിക്ക് നൽകുന്ന ആത്മവിശ്വാസം ചെറുതല്ല.

അക്ഷരങ്ങൾക്ക് നിറമുണ്ടോ? എഴുത്തിലെ രാഷ്ട്രീയവും രാഷ്ട്രബോധവും

എഴുത്തുകാരനും കലാകാരനും ഒരു പ്രത്യേക രാഷ്ട്രീയ പാർട്ടിയുടെ വക്താവാകണോ അതോ എല്ലാവർക്കും വേണ്ടിയുള്ളവനാകണോ? സാഹിത്യലോകത്ത് കാലങ്ങളായി നടന്നുകൊണ്ടിരിക്കുന്ന ഒരു വലിയ സംവാദമാണിത്. വായനക്കാരും എഴുത്തുകാരും ഒരുപോലെ ചിന്തിക്കേണ്ട ഒരു വിഷയമാണിത്.

രാഷ്ട്രീയമല്ല, രാഷ്ട്രബോധമാണ് പ്രധാനം

സാഹിത്യത്തിന് രാഷ്ട്രീയം വേണോ എന്ന ചോദ്യത്തിന്, സാഹിത്യത്തിന് 'രാഷ്ട്രബോധം' വേണം എന്ന മറുപടിയാണ് കൂടുതൽ അനുയോജ്യം. സാഹിത്യം ഒരു പ്രത്യേക കൊടിയുടെ നിറം പിടിക്കരുത്. പകരം, അത് മനുഷ്യന്റെ പ്രശ്നങ്ങളെയും സമൂഹത്തിലെ അനാചാരങ്ങളെയും കുറിച്ചായിരിക്കണം സംസാരിക്കേണ്ടത്. മുൻപൊക്കെ കഷ്ടപ്പെടുന്നവന്റെ ജീവിതമായിരുന്നു സാഹിത്യം. വിശപ്പും ദാരിദ്ര്യവും നീതികേടും അക്ഷരങ്ങളിലൂടെ വിളിച്ചുപറയുമ്പോൾ അത് സ്വാഭാവികമായും ഒരു പ്രതിരോധമായി മാറും. ആ പ്രതിരോധമാണ് എഴുത്തിന്റെ യഥാർത്ഥ രാഷ്ട്രീയം.

കലാകാരൻ എല്ലാവർക്കും വേണ്ടിയുള്ളവനാണ്

ഒരു കലാകാരനെ എല്ലാ വിഭാഗം ജനങ്ങളും സ്നേഹിക്കുകയും ആരാധിക്കുകയും ചെയ്യാറുണ്ട്. മതം, പാർട്ടി, ജാതി എന്നിവയ്ക്ക് അതീതമായി മനുഷ്യരിലേക്ക് ഇറങ്ങിച്ചെല്ലാൻ കലയ്ക്ക് കഴിയും. എന്നാൽ, ഒരു കലാകാരൻ ഒരു പ്രത്യേക പാർട്ടിയുടെ മാത്രം ആളായി മാറുമ്പോൾ, അവിടെ ആ വ്യക്തിയുടെ കലയുടെ വ്യാപ്തി ചുരുങ്ങുകയാണ് ചെയ്യുന്നത്. ഒരു വിഭാഗത്തിന് വേണ്ടി മാത്രം സംസാരിക്കുമ്പോൾ, മറ്റുള്ളവർക്ക് ആ കലാകാരൻ 'അന്യൻ' ആയി മാറുന്നു. അനാചാരങ്ങൾക്കും അനീതികൾക്കും എതിരെ ശബ്ദമുയർത്തുമ്പോൾ അയാൾ ഒരു പക്ഷവും പിടിക്കേണ്ടതില്ല, മറിച്ച് നീതിയുടെ പക്ഷത്ത് നിന്നാൽ മാത്രം മതി.

അനാചാരങ്ങൾക്കെതിരെയുള്ള തൂലിക

സമൂഹത്തിൽ നിലനിൽക്കുന്ന അനാചാരങ്ങൾക്കും അന്ധവിശ്വാസങ്ങൾക്കും എതിരെ വിരൽ ചൂണ്ടുക എന്നതാണ് ഒരു എഴുത്തുകാരന്റെ പ്രാഥമിക ധർമ്മം. അവിടെ അവൻ ഒരു രാഷ്ട്രീയക്കാരനല്ല, മറിച്ച് സമൂഹത്തിന്റെ മനഃസാക്ഷിയാണ്. അധികാരത്തിന്റെ ശരികളേക്കാൾ സാധാരണക്കാരന്റെ സങ്കടങ്ങൾക്കാണ് സാഹിത്യത്തിൽ സ്ഥാനം ലഭിക്കേണ്ടത്.

വായനക്കാരന്റെ ഉത്തരവാദിത്തം

എഴുത്തുകാരന് മാത്രമല്ല, വായനക്കാരനും ഒരു രാഷ്ട്രീയമുണ്ട്. ഒരു കൃതി വായിക്കുമ്പോൾ അത് നൽകുന്ന സന്ദേശം സമൂഹത്തിൽ എന്ത് മാറ്റമാണ് ഉണ്ടാക്കുന്നത് എന്ന് തിരിച്ചറിയാൻ വായനക്കാരന് കഴിയണം. രാഷ്ട്രീയമില്ലാത്ത വായനയല്ല, മറിച്ച് മനുഷ്യത്വമുള്ള വായനയാണ് നമുക്ക് വേണ്ടത്.

ചുരുക്കത്തിൽ, കലയും സാഹിത്യവും ഒരു പ്രത്യേക പാർട്ടിയുടെ ചട്ടക്കൂടിൽ ഒതുങ്ങേണ്ടതല്ല. അത് ആകാശത്തോളം വിശാലമാകണം. എല്ലാ നിറങ്ങളും ഉൾക്കൊള്ളാൻ കഴിയുന്ന വെളുത്ത നിറമായിരിക്കണം സാഹിത്യത്തിന്റേത്.

ഈഗോയുടെ സ്റ്റിയറിംഗും തെറ്റുന്ന റോഡ് നിയമങ്ങളും

മനുഷ്യൻ ഏറ്റവും കൂടുതൽ സത്യസന്ധനാകുന്നത് വണ്ടിയുമായി റോഡിലിറങ്ങുമ്പോഴാണെന്ന് പറയാറുണ്ട്. കാരണം, അവിടെയാണ് അവന്റെ ക്ഷമയും വിവേകവും ഈഗോയും ഒരേസമയം പരീക്ഷിക്കപ്പെടുന്നത്. 'ഈ ലോകത്ത് ഞാൻ മാത്രമാണ് ശരി, മറ്റുള്ളവരെല്ലാം തെറ്റാണ്' എന്ന മലയാളിയുടെ പൊതുവായ കാഴ്ചപ്പാട് ഏറ്റവും പ്രകടമാകുന്നതും നമ്മുടെ നിരത്തുകളിലാണ്.

സ്വയം നീതീകരണത്തിന്റെ മനഃശാസ്ത്രം

റോഡിലിറങ്ങിയാൽ നമ്മൾ ഓരോരുത്തരും മികച്ച ഡ്രൈവർമാരാണ്. നിയമങ്ങൾ ലംഘിക്കുന്ന മറ്റൊരാളെ കാണുമ്പോൾ നാം പ്രകോപിതരാകുന്നു, അവരെ ചീത്ത വിളിക്കുന്നു. എന്നാൽ ഇതേ നിയമം നമ്മൾ ലംഘിക്കുമ്പോൾ അതിന് പിന്നിൽ നൂറു ന്യായീകരണങ്ങൾ കണ്ടെത്തുകയും ചെയ്യുന്നു. സ്വന്തം കഴിവുകേടുകളെയോ അശ്രദ്ധയെയോ മറച്ചുപിടിക്കാൻ മറ്റൊരാളെ കുറ്റപ്പെടുത്തുന്നത് ഒരു പ്രതിരോധ തന്ത്രമാണ്. മറ്റൊരാളുടെ ഡ്രൈവിംഗിനെ വിമർശിക്കുമ്പോൾ നാം അറിയാതെ തന്നെ നമ്മെത്തന്നെ ഒരു ഉയർന്ന പീഠത്തിൽ പ്രതിഷ്ഠിക്കുകയാണ് ചെയ്യുന്നത്.

റോഡിലെ അദൃശ്യമായ യുദ്ധങ്ങൾ

ഓരോ ട്രാഫിക് ബ്ലോക്കിലും ഓരോ കവലയിലും നടക്കുന്നത് വാഹനങ്ങൾ തമ്മിലുള്ള മത്സരമല്ല, മറിച്ച് മനുഷ്യരുടെ ഈഗോകൾ തമ്മിലുള്ള ഏറ്റുമുട്ടലുകളാണ്. 'എനിക്ക് മാത്രം നിയമം അറിയാം' എന്ന ചിന്താഗതി നമ്മെ അന്ധരാക്കുന്നു. റോഡ് സ്വന്തം തറവാട് സ്വത്താണെന്ന ഭാവത്തോടെ പെരുമാറുന്ന ഡ്രൈവർക്ക് മുന്നിൽ മറ്റുള്ളവർ വെറും തടസ്സങ്ങൾ മാത്രമായി മാറുന്നു. ഇതിന്റെ ഫലമാണ് ഇന്ന് നാം കാണുന്ന റോഡ് റെയ്ജും (Road Rage) അനാവശ്യമായ തർക്കങ്ങളും.

തിരിച്ചറിവിന്റെ വഴി

"ഞാൻ എപ്പോഴായിരിക്കും നന്നാവുക?" എന്ന ചോദ്യം ഒരാളുടെ ഉള്ളിൽ ഉദിക്കുന്നത് തന്നെ മാറ്റത്തിന്റെ ആദ്യ ചുവടുവെപ്പാണ്. തന്റെ ഈഗോയെ തിരിച്ചറിയുക എന്നതിലൂടെ മാത്രമേ ഈ മനോഭാവം തിരുത്താൻ കഴിയൂ. റോഡിലിരിക്കുന്ന മറ്റൊരാളും തന്നെപ്പോലെ ഒരു മനുഷ്യനാണെന്നും, അയാൾക്കും തെറ്റുകൾ പറ്റാമെന്നും സമ്മതിച്ചു കൊടുക്കാൻ കഴിയുന്നതാണ് യഥാർത്ഥ ഡ്രൈവിംഗ് സംസ്കാരം.

ഉപസംഹാരം

റോഡ് നിയമങ്ങൾ പാലിക്കുന്നതിനേക്കാൾ പ്രധാനം സ്വന്തം മനസ്സിനെ നിയന്ത്രിക്കുക എന്നതാണ്. നമ്മുടെ ഈഗോയുടെ സ്റ്റിയറിംഗ് അല്പം അയച്ചു വിട്ടാൽ, ചീത്തവിളികൾക്ക് പകരം പുഞ്ചിരികൾ നൽകാൻ ശീലിച്ചാൽ, റോഡിലെ യാത്ര മാത്രമല്ല ജീവിതവും കൂടുതൽ സുഗമമാകും. കുറ്റപ്പെടുത്തലുകൾ അവസാനിക്കുന്നിടത്താണ് സമാധാനപരമായ യാത്ര തുടങ്ങുന്നത്.

ഫ്രെയിമുകൾക്ക് പുറത്തെ ജീവിതം

നാട്ടിലെ ആ ലോക്കൽ ചാനലിൽ ഞാൻ എഡിറ്ററായി ജോലി തുടങ്ങിയ കാലം. എഡിറ്റിങ് എന്നുപറഞ്ഞാൽ കമ്പ്യൂട്ടറിൽ കുറച്ച് ദൃശ്യങ്ങൾ അങ്ങോട്ടുമിങ്ങോട്ടും മുറിച്ചു മാറ്റുക എന്നതിനപ്പുറം വലിയ അറിവൊന്നുമില്ലാത്ത കാലം. അഞ്ച് മിനിറ്റ് വാർത്തകൾക്ക് വോയിസ് ഓവറിന് അനുസരിച്ച് ദൃശ്യങ്ങൾ അടുക്കി വെക്കുന്നതായിരുന്നു എന്റെ രീതി. സ്ക്രീനിൽ തെളിയുന്ന മനുഷ്യർ എനിക്ക് വെറും കാഴ്ചകൾ മാത്രമായിരുന്നു.

അങ്ങനെയിരിക്കെയാണ് ഒരു വൃദ്ധസദനത്തെക്കുറിച്ചുള്ള ഡോക്യുമെന്ററി എഡിറ്റ് ചെയ്യാൻ എന്റെ മുന്നിലെത്തുന്നത്. ഒരു പള്ളിക്ക് കീഴിലുള്ള ആ വൃദ്ധസദനത്തിലെ അന്തേവാസികളെ കുറിച്ചുള്ള ദൃശ്യങ്ങൾ ഓരോന്നായി മുറിച്ചു മാറ്റുമ്പോഴാണ് ആ മുഖം എന്റെ കണ്ണിൽ ഉടക്കിയത്. പ്രശസ്തമായ ഒരു സ്കൂളിന്റെ മാനേജരായിരുന്നു അദ്ദേഹം. ഒരുകാലത്ത് അധികാരവും പണവും കൽപനകളും കൊണ്ട് ലോകത്തെ വിറപ്പിച്ചയാൾ. ഇന്ന് ഒരു വൃദ്ധസദനത്തിന്റെ ജനാലയ്ക്കൽ നിശബ്ദനായി ഇരിക്കുന്നു.

ആ പിതാവിനോട് ചോദിച്ചപ്പോൾ മക്കളെ കുറിച്ച് പരാതിയൊന്നുമില്ല. "ഇന്ന് പച്ചയായ ഇലകളെല്ലാം ഒരുനാൾ പഴുക്കും. അന്ന് അവർക്കത് മനസ്സിലാകും" എന്നൊരു മന്ദഹാസം മാത്രം. സ്ക്രീനിൽ ആ ദൃശ്യങ്ങൾ എഡിറ്റ് ചെയ്യുമ്പോൾ എന്റെ ഉള്ളിലെന്തോ മുറിയുന്നതുപോലെ തോന്നി. വോയിസ് ഓവറിന് വേണ്ടി ദൃശ്യങ്ങൾ ക്രമീകരിക്കുന്നതിനിടയിൽ, എന്റെ ജീവിതത്തിന്റെ അർത്ഥം തന്നെ അവിടെ എഡിറ്റ് ചെയ്യപ്പെടുകയായിരുന്നു.

അന്ന് ആ ചാനൽ മുറിയിൽ നിന്നും ഇറങ്ങുമ്പോൾ ഞാൻ ഒരു തീരുമാനമെടുത്തു. ഒരിക്കലും ആ പിതാവിന്റെ മക്കളെപ്പോലെ ഞാൻ ആകില്ല. ഞാൻ എഡിറ്റ് ചെയ്ത ആ പത്തു മിനിറ്റ് പരിപാടി

ലോകത്തുള്ള എത്രപേരുടെ മനസ്സ് മാറ്റിയെന്നെനിക്കറിയില്ല. പക്ഷേ, എന്റെ മനസ്സ് ആ ദൃശ്യങ്ങൾ എന്നെന്നേക്കുമായി മാറ്റിമറിച്ചിരുന്നു. ജീവിതത്തിലെ ഏറ്റവും വലിയ പാഠം പഠിച്ചത് ഏതെങ്കിലും പുസ്തകത്തിൽ നിന്നല്ല, മറിച്ച് ആ ചെറിയ ചാനലിലെ എഡിറ്റിങ് ഡെസ്കിലിരുന്നാണ്.

പിതാവിനും പുത്രനും പരിശുദ്ധാത്മാവിനും നല്ലത് വരട്ടെ!

അക്ഷരങ്ങളുടെ പുനർജന്മം

വായനയുടെ മൂന്ന് വ്യാഴവട്ടങ്ങൾ പൂർത്തിയാക്കുമ്പോൾ ഞാൻ എന്നോട് തന്നെ ചോദിക്കാറുണ്ട്, "ഞാൻ ഇപ്പോഴും ഒരു വായനക്കാരനാണോ?" എന്ന്. ആയിരത്തൊന്നു രാവുകളുടെ അത്ഭുതങ്ങളിൽ നിന്നും വിക്രമാദിത്യ കഥകളിലെ ചോദ്യങ്ങളിൽ നിന്നും തുടങ്ങിയ യാത്ര മഹാഭാരതത്തിന്റെ ആഴങ്ങളിലൂടെ കടന്ന് എം.ടി.യുടെയും മുകുന്ദന്റെയും പോറ്റെക്കാടിന്റെയും മണ്ണിലെത്തി നിൽക്കുന്നു. 90 മുതൽ 94 വരെയുള്ള ആ നാലുവർഷങ്ങളായിരുന്നു എന്റെ വായനയുടെ വസന്തകാലം.

ഇന്ന് പുതിയ എഴുത്തുകാരെ വായിക്കുമ്പോൾ അവരെ ഉൾക്കൊള്ളാൻ എനിക്ക് പ്രയാസം തോന്നാറുണ്ട്. അതുകൊണ്ട് ഞാൻ ഒരു പഴഞ്ചനാണെന്ന് ചിലർ കരുതിയേക്കാം. പക്ഷേ, സത്യമെന്തെന്നാൽ എന്റെ വായന അത്രമേൽ ആഴത്തിലായിരുന്നു എന്നതാണ്. അന്ന് സ്കൂളിൽ മാർക്കിന് വേണ്ടി കാണാപാഠം പഠിച്ച 'മാമ്പഴം' കവിത ഇന്ന് കേൾക്കുമ്പോൾ കണ്ണ് നിറയുന്നത് ആ വരികളുടെ യഥാർത്ഥ അർത്ഥതലങ്ങൾ ഇപ്പോൾ ജീവിതാനുഭവങ്ങളിലൂടെ എനിക്ക് മനസ്സിലാകുന്നത് കൊണ്ടാണ്.

പണ്ട് വായിച്ചുതീർത്ത പുസ്തകങ്ങൾ ഒരിക്കൽ കൂടി വായിക്കണമെന്ന് ഇന്ന് എനിക്ക് തോന്നാറുണ്ട്. കാരണം, ഓരോ

വായനയിലും അവ പുതിയ അർത്ഥങ്ങൾ നൽകുന്നു. ഇന്ന് ഞാൻ എന്തെങ്കിലും എഴുതാൻ തൂലികയെടുക്കുമ്പോൾ അന്ന് മനസ്സിരുത്തി വായിച്ച ആ വരികൾ എനിക്കറിയാതെ തന്നെ എന്റെ അക്ഷരങ്ങളിൽ കടന്നുവരുന്നു. അത് പഴഞ്ചൻ ചിന്തയല്ല, മറിച്ച് എന്റെ ഉള്ളിൽ ഉറച്ചുപോയ ശക്തമായ അടിത്തറയാണ്.

തിരികെ വേരുകളിലേക്ക്

നാട് വിട്ട് ദൂരെ താമസിക്കുമ്പോൾ, അപരിചിതമായ മുഖങ്ങൾക്കിടയിൽ നടക്കുമ്പോൾ പലപ്പോഴും ഉള്ളിലൊരു ചോദ്യം ഉയരാറുണ്ട്– "ഞാൻ എന്റെ സ്വത്വം മറന്നോ?" എന്ന്. ചിലർക്ക് ഞാൻ പഴയതൊക്കെ മറന്നവനാണ്. പക്ഷേ, അവർക്കറിയില്ല, മറന്നുപോയതല്ല മറിച്ച് മുന്നോട്ടുള്ള യാത്രയ്ക്കായി മറന്നതായി അഭിനയിക്കുകയാണെന്ന്. നാട് എനിക്ക് എന്നും മധുരമുള്ള ഓർമ്മകൾ മാത്രമല്ല നൽകിയത്. എന്നെ മനസ്സിലാക്കാത്ത മനുഷ്യർ, ജോലിക്കിടയിലെ തിരിച്ചടികൾ, അവഹേളനങ്ങൾ... സങ്കടങ്ങളുടെ ഒരു കയ്പുനീർ അവിടെ എനിക്കായി എന്നും ഉണ്ടായിരുന്നു. അതിൽ എന്റെ ഭാഗത്തെ തെറ്റുകളും ഉണ്ടായിരിക്കാം.

പക്ഷേ, മുറിവേറ്റ മണ്ണ് തന്നെയാകണം ആ മുറിവുകൾക്കുള്ള മരുന്നും. അതുകൊണ്ടാണ് ഉള്ളിലെ വിങ്ങലുകൾ കടലാസിലേക്ക് പകർത്തിയപ്പോൾ അത് ജന്മനാട്ടിലെ ദൈവത്തിന്റെ മുന്നിൽ വെച്ച് തന്നെ പ്രകാശിക്കണം എന്ന് ഞാൻ ആഗ്രഹിച്ചത്.

വേട്ടേക്കൊരുമകന്റെ അമ്പലമുറ്റം. അവിടെ വെളിച്ചം വീഴുമ്പോൾ, ഞാൻ ആദ്യമായി കേട്ട കഥാപ്രസംഗത്തിലെ ആ നാദത്തിന് ഉടമയായ എന്റെ നാട്ടുകാരൻ, എന്റെ സുഹൃത്തിന്റെ അച്ഛൻ, ആ പുസ്തകം ലോകത്തിന് സമർപ്പിക്കണം. അത് ആദ്യമായി എന്റെ അച്ഛന്റെ കൈകളിലേക്ക് വെച്ചു കൊടുക്കുമ്പോൾ, അന്ന് തോൽവികളിൽ

തലതാഴ്ത്തിയ മകന്റെ പ്രായശ്ചിത്തം അവിടെ പൂർണ്ണമാകും. പരാജയവും സങ്കടവും നൽകിയ അതേ നാട്ടിൽ, ദൈവത്തിന്റെ സന്നിധിയിൽ എന്റെ അക്ഷരങ്ങൾ വെളിച്ചം കാണുമ്പോൾ അതൊരു മധുരമായ പ്രതികാരമല്ല, മറിച്ച് എന്റെ സ്വത്വത്തിലേക്കുള്ള ഒരു തിരിച്ചുപോക്കാണ്.

ശുഭാപ്തിവിശ്വാസത്തിന്റെ ആ വലിയ തീരത്തേക്ക് ഞാൻ വഞ്ചി അടുപ്പിക്കുകയാണ്. അവിടെ സങ്കടങ്ങളില്ല, അക്ഷരങ്ങളുടെയും സ്നേഹത്തിന്റെയും വെളിച്ചം മാത്രം.

കോഴിക്കോട്ടെ കൊതുകു പാട്ടും 'ഓവൻ' ജീവിതവും

കോഴിക്കോട്ടേക്ക് വണ്ടി കിട്ടുമ്പോൾ എന്നും ഒരു പ്രത്യേക സന്തോഷമാണ്. അന്ന് സാർ വിളിച്ച് പ്ലാൻ മാറ്റിയപ്പോൾ ആ സന്തോഷം ഇരട്ടിച്ചു. വണ്ടിയിൽ ചില പണികളുണ്ട്, അതുകൊണ്ട് ഒരു പകൽ മുഴുവൻ അവിടെ കിട്ടും. പുലർച്ചെ തന്നെ വണ്ടി വർക്ക്ഷോപ്പിൽ എത്തിച്ചു. സെക്യൂരിറ്റിയോട് കാര്യം പറഞ്ഞ് വണ്ടി അകത്തേക്ക് കയറ്റിയിടുമ്പോൾ സമയം വെളുപ്പിനെ. പണിക്കാർ വരാൻ ഒൻപത് മണി ആകുമെന്നറിഞ്ഞപ്പോൾ 'കിട്ടിയല്ലോ ഒരു സുവർണ്ണാവസരം' എന്ന് കരുതി വണ്ടിക്കുള്ളിലെ സീറ്റിൽ ഒരു ഉറക്കത്തിന് പ്ലാൻ ഇട്ടു.

പക്ഷേ, സീറ്റിൽ കിടന്നതും എനിക്ക് സംശയം തോന്നി—ഇതെന്താ ഞാൻ പെട്ടെന്ന് കൊച്ചിയിൽ എത്തിയോ? കൊച്ചിയിലെ കൊതുകുകളെ വെല്ലുന്ന പടയോട്ടമാണ് കോഴിക്കോട് നടക്കുന്നത്. പണ്ട് ആരോ തമാശയായി പറഞ്ഞത് പോലെ, "മൂട്ട കടിച്ചു പിടിച്ചത് കൊണ്ട് കൊതുക് കൊണ്ടുപോയില്ല" എന്ന അവസ്ഥ. ഭാഗ്യത്തിന് മൂട്ട ഉണ്ടായിരുന്നില്ല, പക്ഷേ അതിനും കൂടി ചേർത്ത് കൊതുകുകൾ വസന്തം ആഘോഷിക്കുകയായിരുന്നു.

ചെവിയോരത്ത് അവർ മനോഹരമായ 'സംഗീത കച്ചേരി' തുടങ്ങി. കൈകൾക്കും ചെവിക്കും ഒരു നിമിഷം പോലും വിശ്രമം തരാതെ അവർ മാറി മാറി ആക്രമിച്ചു. ഒടുവിൽ സഹികെട്ട് കൊതുകുകളെ പേടിച്ച് സൈഡ് ഗ്ലാസുകൾ വലിച്ച് അടച്ചു. അതോടെ കളി മാറി! വണ്ടിക്കകം ഒരു 'ഓവൻ' പോലെയായി. പുറത്ത് കൊതുകിന്റെ പാട്ട്, അകത്ത് വിയർത്തുരുകുന്ന ചൂട്. ഉറക്കം പോയിട്ട് ഒന്ന് കണ്ണ് ചിമ്മാൻ പോലും സമ്മതിക്കാത്ത ആ കോഴിക്കോടൻ കൊതുകുകൾക്ക് മുന്നിൽ ഞാൻ തോറ്റുപോയി. ഒരു പകൽ മുഴുവൻ കിട്ടിയ ആഹ്ലാദമെല്ലാം വിയർപ്പിലും കൊതുകുകടിയിലും അലിഞ്ഞു പോയി!

ഉപസംഹാരം

ഉപസംഹാരം: എന്റെ യാത്രകൾ, ബാക്കിയാകുന്ന ബെൽമുഴക്കങ്ങൾ

ഈ കുറിപ്പുകൾക്ക് ഇവിടെ വിരാമമിടുമ്പോൾ, ഇത് വെറുമൊരു പുസ്തകത്തിന്റെ അവസാന താളല്ല, മറിച്ച് എന്റെ ജീവിതമെന്ന വലിയ യാത്രയിലെ ഒരു സ്റ്റേജ് മാത്രമാണെന്ന് ഞാൻ തിരിച്ചറിയുന്നു. ഒരു കെ.എസ്.ആർ.ടി.സി കണ്ടക്ടറുടെ ബാഗിലെ ടിക്കറ്റുകൾ പോലെ, ഓരോ അദ്ധ്യായവും ഞാൻ കണ്ടുമുട്ടിയ മനുഷ്യർക്കും അനുഭവിച്ചറിഞ്ഞ തീക്ഷ്ണമായ നിമിഷങ്ങൾക്കുമായി ഞാൻ മുറിച്ചു നൽകിയതാണ്.

പലപ്പോഴും തോറ്റുപോയവനാണ് ഞാൻ എന്ന് എനിക്ക് തോന്നിയിട്ടുണ്ട്. പക്ഷേ, എന്റെ പരാജയങ്ങളുടെ കഥകൾ കേൾക്കുമ്പോൾ ആരുടെയെങ്കിലും മനസ്സിൽ ചെറിയൊരു ആശ്വാസം തോന്നുന്നുണ്ടെങ്കിൽ, അവിടെയാണ് ഞാൻ എന്റെ യഥാർത്ഥ വിജയം കണ്ടെത്തുന്നത്. അതുകൊണ്ടാണ് ബെക്കറ്റിന്റെ വാക്കുകൾ കടമെടുത്തുകൊണ്ട് ഞാൻ പറയുന്നത്, "വീണ്ടും പരാജയപ്പെടുക, കൂടുതൽ മനോഹരമായി പരാജയപ്പെടുക" എന്ന്.

ഫ്രെയിം ചെയ്ത് ചുവരിൽ തൂക്കിയാൽ ആ ഓർമ്മകളുടെ ജീവൻ നഷ്ടപ്പെടുമെന്ന് ഞാൻ ഭയപ്പെടുന്നു. അതുകൊണ്ട് തന്നെ, തുളസിയുടെ മരിക്കാത്ത പ്രണയഗന്ധവും, മീര റോഡിലെ വിറയ്ക്കുന്ന മഞ്ഞുകാലവും, പയ്യന്നൂരിലെ തെയ്യപ്പറമ്പിലെ മേലരിയുടെ ചൂടും എന്റെയുള്ളിൽ എന്നും പച്ചപ്പിന്റെ നനവായി ഇരിക്കട്ടെ.

കാലം മാറുമ്പോൾ നമ്മളും മാറും, നമ്മുടെ ശീലങ്ങളും മാറും. എങ്കിലും യാത്രകളോടുള്ള ഈ പ്രണയവും മനുഷ്യരിലുള്ള വിശ്വാസവും എന്റെ കൂടെയുണ്ടാകും. കണ്ടക്ടറുടെ സീറ്റിലിരുന്ന് ടിക്കറ്റ് മെഷീന്റെ ശബ്ദത്തിനിടയിൽ ഞാൻ കണ്ട ഓരോ മുഖവും എന്റെ വരികൾക്ക് കരുത്ത് നൽകി.

ബസ്സിലെ അവസാന ബെൽ മുഴങ്ങുമ്പോൾ, ലക്ഷ്യസ്ഥാനത്ത് ഇറങ്ങുന്ന ഓരോ യാത്രക്കാരനെയും പോലെ, സംതൃപ്തിയോടെ ഞാനും മടങ്ങുന്നു. പക്ഷേ ഓർമ്മകൾ ഒരിക്കലും അവസാനിക്കുന്നില്ല; അവ ഫ്രെയിമുകൾക്ക് പുറത്ത്, വായനക്കാരായ നിങ്ങളുടെ മനസ്സിൽ ഒരു തുടർച്ചയായി ബാക്കിയുണ്ടാകും. എന്റെ ഈ ചെറിയ അനുഭവക്കുറിപ്പുകൾ നിങ്ങളുടെ യാത്രകളിൽ ഒരു കൂട്ടിരിപ്പാകുമെന്ന പ്രതീക്ഷയോടെ...

കടപ്പാടുകൾ

ഈ പുസ്തകത്തിന് പ്രചോദനമായ എല്ലാ ജീവിതാനുഭവങ്ങൾക്കും, വഴിയിൽ കണ്ടുമുട്ടിയ മനുഷ്യർക്കും, എന്നെ വായനയുടെ ലോകത്തേക്ക് കൈപിടിച്ചുനടത്തിയ അച്ഛനും, എന്റെ ഏകാന്തതയെ സ്നേഹമായി മാറ്റിയ ഭാര്യക്കും, എനിക്ക് വേരുകൾ നൽകിയ മക്കൾക്കും, എന്നും പ്രാർത്ഥനയായി ഉണ്ടായ അമ്മമാർക്കും,

കൂട്ടായ്മയുടെ ഓർമ്മകൾ സമ്മാനിച്ച സുഹൃത്തുക്കൾക്കും, എന്റെ അക്ഷരങ്ങൾക്ക് വെളിച്ചമായ ദൈവത്തിനും...

നന്ദി.

രൂപേഷ് കണ്ണാപ്പള്ളി

www.ingramcontent.com/pod-product-compliance
Lightning Source LLC
LaVergne TN
LVHW100329210926
848480LV00003B/1295